தொல்லியல்: மிகச் சுருக்கமான அறிமுகம்

தொல்லியல் துறையின் முழு வீச்சையும் உயிர்த்துடிப்புடனும் மகிழ்வூட்டும் விதத்திலும் இந்தச் சிறு நூலைப் போல சில அறிமுக நூல்களே அறிமுகப்படுத்தியுள்ளன.

சார்லஸ் சி. பாய்ட், அமெரிக்கன் ஆண்டிக்விட்டி

இத்துறையின் பெரும் கருப்பொருள்கள் பற்றிய துல்லியமான மற்றும் மகிழ்வூட்டும் சிறு கட்டுரைகள் அடங்கிய தொகுப்பு... இது பொது வாசகர்களுக்கு நல்ல எழுத்துக்கான ஒரு முன் மாதிரி... ஏராளமான தகவல்களுடன் இயல்கள் சடசடவென்று ஓடுகின்றன, எனினும், மிதமிஞ்சிய விவரங்களில் ஒருபோதும் அமிழ்ந்துவிடாமல்... இந்நூல் நிறைய நகைச்சுவைத் துணுக்கு களைக் கொண்டிருக்கிறது, ஆனால் அதன் காத்திரமான செய்தி - செறிவான மற்றும் கவர்ச்சிகரமான விஷயமாகத் தொல்லியல் இருக்கமுடியும் என்ற - நான் அறிந்த வேறெந்த நூலைவிடவும் கூடுதல் அலங்கரிப்புடன் சென்றடைகிறது.

சைமன் டெனிசன்,
பிரிட்டிஷ் ஆர்க்கியாலஜி இதழின் ஆசிரியர்.

சுருக்கமான அறிமுகங்கள், புதிய துறைகளை அறிந்திட ஆர்வத்தைத் தூண்டும் எளிய வழி; முன்னணி அறிவுத்துறைகளைக் கற்க விரும்பும் எல்லோருக்கும் தேவைப்படும் அடிப்படையான நூல்கள்; துறை வல்லுநர்களால் எழுதப்பட்டு, உலகம் முழுவதும் இருபத்தைந்துக்கும் மேற்பட்ட மொழிகளில் வெளியிடப் படுகின்றன.

தமிழில் 2005இல் தொடங்கிய இத்தொடரில் வரலாறு, தத்துவம், சமயம், அறிவியல் போன்ற பல்வேறு துறைகளின் பரந்த வகைகளிலான தலைப்பு களில் நூல்கள் வெளிவருகின்றன. பழங்கால கிரேக்கம், இந்தியத் தத்துவத்தி லிருந்து கருத்தாக்கக் கலை, அண்டவியல் வரையிலான எல்லாவற்றுக்குமான இச்சுருக்கமான அறிமுகம் அடுத்த சில ஆண்டுகளில் 200 தொகுதிகளைக் கொண்ட ஒரு நூலகமாக வளரும்.

இப்போது தமிழில் கிடைக்கும் மிகச் சுருக்கமான அறிமுகங்கள்:

சமூக-பண்பாட்டு மானிடவியல்
ஜான் மோனகன், பீட்டர் ஜஸ்ட்
தமிழில்: பக்தவத்சல பாரதி

இந்துமதம் கிம் நாட்
தமிழில்: டி.கே. ரகுநாதன்

பௌத்தம் தாமியென் கோவ்ன்
தமிழில்: சி. மணி

புத்தர் மைக்கேல் கேரிதர்ஸ்
தமிழில்: சி. மணி

பாசிசம் கெவின் பாஸ்மோர்
தமிழில்: அ. மங்கை

ஃப்ராய்ட் அந்தோனி ஸ்டோர்
தமிழில்: சி. மணி

வரலாறு ஜான் எச். அர்னால்டு
தமிழில்: பிரேம்

தத்துவம் எட்வர்டு கிரெய்க்
தமிழில்: சே. கோச்சடை

இலக்கியக் கோட்பாடு
ஜானதன் கல்லர்
தமிழில்: ஆர். சிவகுமார்

கலைக் கோட்பாடு ஃப்ரிலேண்ட்
தமிழில்: செ. பாபு ராஜேந்திரன்

அரசியல் கென்னத் மினோக்
தமிழில்: ஆனந்தராஜ்

இறையியல் டேவிட் எஃப். ஃபோர்டு
தமிழில்: க. பூரணச்சந்திரன்,
அ. சூசை மாணிக்கம்

உலகமயமாக்கல் பி.ஸ்டெகர்
தமிழில்: க. பூரணச்சந்திரன்

உளவியல் பட்லர், மெக்மெனஸ்
தமிழில்: தி.கு. இரவிச்சந்திரன்

இஸ்லாம் மலிஸ் ரூத்வென்
தமிழில்: சிங்கராயர்

தொல்லியல் பவுல் பான்
தமிழில்: கோ. சுந்தர்

பின்காலனியம் ராபர்ட் யங்
தமிழில்: அ. மங்கை

நீட்சே மைக்கேல் டேனர்
தமிழில்: க. பூரணச்சந்திரன்

பின் அமைப்பியல் கேதரின் பெல்ஸி
தமிழில்: அழகரசன்

பயங்கரவாதம் சார்லஸ் டவுன்ஷென்ட்
தமிழில்: க. பூரணச்சந்திரன்

பின் நவீனத்துவம் கிறிஸ்தோஃபர் பட்லர்
தமிழில்: பிரேம்

ஜனநாயகம் பேனட் க்ரிக்
தமிழில்: த. ஜெயராமன்

சமூகவியல் ஸ்டீவ் புரூஸ்
தமிழில்: க. பூரணச்சந்திரன்

உணர்வெழுச்சி டிலான் இவான்ஸ்
தமிழில்: தி.கு. இரவிச்சந்திரன்

இசை நிகோலஸ் கூக்
தமிழில்: க. பூரணச்சந்திரன்

பவுல் பான்

தொல்லியல்

மிகச் சுருக்கமான அறிமுகம்

தமிழில்

கோ. சுந்தர்

அடையாளம்

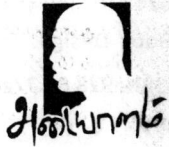

Tholliyal: Mikach Curukkamaana Arimugam (Tamil) • *Archaeology: A Very Short Introduction* in English by Paul Bahn • © Paul Bahn, © Tamil Translation: adaiyalam • Translated by G.Sundar • First Published in Tamil 2007, Third Reprint 2017

Tholliyal was originally published in English in 2003. This Translation is published by arrangement with Oxford University Press, UK.

Published by Adaiyaalam, 1205/ 1 Karupur Salai, Puthanatham 621310, Tel: (+91) 04332 273444, email: info@adaiyaalam.net

Book Design: The Papyrus, Printed at Adaiyaalam Press, India

ISBN: 978 81 7720 056 0

Price: ₹ 130

ஆன், ஸ்டீவ், ஜேம்ஸ், ஃபிலிப் ஆகியோருக்கு

முன்னுரை

மிகச் சரியாக நாற்பது ஆண்டுகளுக்கு முன்பு, வெரே கார்டன் சைல்ட் – இந்நூற்றாண்டின் முன்னணி தொல்வரலாற்றாசிரியர்களில் ஒருவர், அதேபோல இத்துறையின் மிகப் பெரிய கிறுக்குகளிலும் ஒருவர் – 'தொல்லியலுக்கு ஒரு சிறிய அறிமுகம்' (எ ஷார்ட் இன்ட்ரோடக்சன் டு ஆர்க்கியாலஜி) எனும் புத்தகத்தை வெளியிட்டார். தற்போதைய நூல் சுருங்கக் கூறுதல் தவிர பிற விஷயங்களில் தன் முன்னோடிக்கு இணையாக முடியும் என்று பாசாங்குகள் எதையும் கொண்டிருக்கவில்லை.

உண்மையில், தொல்லியலின் வளமான இலக்கியத்தை மேலும் ஆழமாகக் குடைவதற்கோ, ஏதாவது ஆய்வு அல்லது களப்பணி மேற்கொள்வதற்கோ, அல்லது மாணவர்களாக இருந்தால், தொல்லியலை ஒரு பல்கலைக்கழகப் பாடமாகத் தேர்ந்தெடுக்க முடிவு செய்வதற்கோ வாசகர் தூண்டப்படலாம் என்ற நம்பிக்கையில் இத்துறையின் சில அடிப்படைக் கூறுகளை அளிப்பதன் மூலம் ஆர்வத்தை அதிகரிப்பதைத் தன் நோக்கமாகக் கொண்டுள்ளது இச்சிறு நூல். அத்தகைய படிப்பின் முடிவில் அல்லது முனைவர் பட்ட ஆய்வை முடித்துவிட்ட பிறகும்கூட உங்களுக்கு வேலை கிடைக்காமல் போகலாம்; ஆனால் வங்கித் துறை போன்ற 'பாதுகாப்பான' துறைகள்கூட இப்போதெல்லாம் வாழ்நாள் முழுவதற்குமான வேலைக்கு உத்தரவாதம் அளிப்பதில்லை எனும் சூழ்நிலை நிலவும் தற்காலத்தில், உங்களால் இயன்ற வரையில் நீங்களும் மகிழ்ச்சியாக இருக்கலாம். மேலும் – அமரர் கிளைன் டேனியல் பலமுறை வலியுறுத்தியதைப் போல –

இன்பத்தைப் பற்றியதல்ல தொல்லியல் என்றால் அது ஒன்றுமே இல்லை. தவிர்க்க முடியாத வகையில் நீங்கள் மண்ணை நிறையத் தோண்டியெடுக்கவும் அதைச் சல்லடையால் சலிக்கவும், சலிப்பை ஏற்படுத்தும் சில தேதிகளை மனப்பாடம் செய்யவும், பொருளற்ற பரிபாஷையை உங்கள் நாக்கு தழுவிக்கொள்ளவும், கோட்பாட்டில் சூமோ மல்லர்களாகத் திகழ்பவர்களுடன் போராடி வெற்றிபெற முயலவும் வேண்டியிருக்கலாம். ஆனால் அதேநேரத்தில் கலையும் கலைப்பொருட்களும், கோவில்களும் கருவிகளும், கல்லறைகளும் புதையல்களும், தொலைந்த நகரங்களும் மர்மமான வரிவடிவங்களும், பதப்படுத்தப்பட்ட பிணங்களும் யானையினப் புதைபடிவ விலங்குகளும் நிறைந்த ஓர் உலகத்திற்குக் கொண்டுசெல்லப்படுவீர்கள். இத்தகைய விஷயங்கள் கொச்சையானவை, நவீன தொல்லியலைப் பிரதி நிதித்துவப்படுத்தாதவை என்று தூய்மைவாதிகளால் இகழப் படுகின்றன அல்லது ஒதுக்கித்தள்ளப்படுகின்றன என்றாலும், இதன் கிளர்ச்சியூட்டும் அல்லது கண்ணைக் கவரும் அம்சங் களால் முதன் முதலில் இத்துறையின்பால் ஈர்க்கப்படாத இளைஞர் அல்லது இளம்பெண் உண்மையில் விசித்திரமானவராகவே இருப்பார்.

இன்றைய உலகில் எந்த நாடாகட்டும் அங்கு உள்ள படித்த மக்களில் சிலரிடம் உயிருடன் இருக்கும் ஒரு தொல்லியலாளரின் பெயரைக் கூறுமாறு கேட்டால், அவர்களில் யாராலும் கற்பனைக் கதாபாத்திரமான இண்டியானா ஜோன்ஸ் தவிர வேறு ஓர் எடுத்துக் காட்டுக்கூட அளிக்க முடியாது என்று துணிந்து பந்தயம் கட்டலாம். ஹாலிவுட்டின் சக்தி அத்தகையது, இன்றைய தொல்லியலின் அறியப்படாநிலை அத்தகையது. கடந்த காலத்தின் மிக சுவாரஸ்ய மான நபர்கள் அனைவரும் மறைந்துவிட்டார்கள் – அவர்களைப் போன்றவர்களை மீண்டும் நாம் அனேகமாகக் காணப்போவ தில்லை – ஆனால் லேசாகக் கிறுக்குத்தனம் கொண்ட, அர்ப் பணிப்பு உடைய தொழில்முறைத் தொல்லியலாளர்களும், ஆர்வலர்களும் கொண்ட ஒரு படை கடந்தகாலத்தைப் புரிந்து கொள்ள முயன்று, உலகம் முழுவதிலும் கடுமையாக உழைத்துக் கொண்டிருக்கிறது. நீங்களும் அவர்களது வரிசையில் சேர்ந்து கொள்ளலாம். நீங்கள் இந்தப் பணிக்குப் பொருத்தமானவர்தானா என்று முடிவுசெய்ய இந்த நூல் உங்களுக்கு உதவலாம். நீங்கள்

தொழில்முறைத் தொல்லியலாளராக ஆக விரும்பினால், மூன்று அடிப்படை வழிகள் உள்ளன. தொல்லியலை ஒரு பல்கலைக் கழகப் பாடமாகப் பயிலுங்கள், அருங்காட்சியக இயலை ஒரு பாடமாகப் பயிலுங்கள், அல்லது நடைமுறை அனுபவம் பெறுவதற்காக ஒரு மண்டலப் பிரிவில் அல்லது (அமெரிக்காவில்) பண்பாட்டு வள மேலாண்மையில் வேலை தேடிக்கொள்ளுங்கள். நீங்கள் ஒருபோதும் ஒரு தலைசிறந்த தொல்லியலாளராக ஆகாமல் போகலாம். ஆனால், உங்களால் ஒரு விஷயத்தைச் சரியாகச் செய்யமுடியாவிட்டால் அதை மோசமாகச் செய்து சந்தோஷமடையக் கற்றுக்கொள்ளுங்கள்.

சரியா, மேலும் நிறைய சம்பாதிக்கலாம் என்று எதிர்பார்க்காதீர்கள்.

சர் ஹெர்பர்ட்
எஃப்.எஸ்.ஏ
1873–1968
'கடந்த காலத்தின் தலைசிறந்த தொல்லியலாளர்கள்' தோண்டுகிறார்கள்.

பொருளடக்கம்

விளக்கப் படங்களின் பட்டியல் xiii
அறிமுகம் 1
1. தொல்லியலின் தோற்றமும் வளர்ச்சியும் 11
2. காலத்தைக் கணித்தல் 22
3. தொழில்நுட்பம் 32
4. மக்கள் எவ்வாறு வாழ்ந்தனர்? 42
5. மக்கள் எவ்வாறு சிந்தித்தனர்? 58
6. குடியிருப்பும் சமூகமும் 77
7. மாற்றம் எவ்வாறு, ஏன் நிகழ்ந்தது? 91
8. சிறுபான்மையினரும் மகளிரும் 105
9. கடந்த காலத்தைப் பொதுமக்களுக்கு வழங்குதல் 121
10. கடந்த காலத்தின் எதிர்காலம் 134
விரிவான வாசிப்புக்கு 144

விளக்கப் படங்களின் பட்டியல்

1 கேலிச்சித்திரம் **x**
  © பில் டைடி

2 கேலிச்சித்திரம் **7**
  © பில் டைடி

3 டெய்லர்ஸ் லோவின் அகழாய்வு **15**
  வெட்டன், மே 1845

4 இனிய பாதை, சாமர்செட் மட்டங்கள் **26**
  © ஜான் கோல்ஸ், *சாமர்செட் மட்டங்கள் திட்டம்*

5 கேலிச்சித்திரம் **33**
  © பில் டைடி

6 கேலிச்சித்திரம் **47**
  © பில் டைடி

7 கேலிச்சித்திரம் **50**
  © பில் டைடி

8 பதப்படுத்தப்பட்ட உடல், லிண்டோ, செஷயர் **52**
  © *பிரிட்டன் அருங்காட்சியகம்*

9 கேலிச்சித்திரம் **60**
  © *பில் டைடி*

10 குகை ஓவியம், லாஸ்காக்ஸ், பிரான்ஸ் **62**
© ஆர்க். ஃபோட். © சி.என்.எம்.எச்.எஸ்., பாரிஸ்

11 நியூ க்ரேஞ்சின் நுழைவாயில் **65**
© பவுல் பான்

12 கேலிச்சித்திரம் **68**
© பில் டைடி

13 ஸ்டோன் ஹெஞ், வில்ட்ஷயர் **84**
© முடியரசின் பதிப்புரிமை, என்.எம்.ஆர்.

14 கேலிச்சித்திரம் **85**
© பில் டைடி

15 கேலிச்சித்திரம் – யதார்த்த இடைவெளி (i) **100**
© சைமன் ஜேம்ஸ்

16 கேலிச்சித்திரம் – யதார்த்த இடைவெளி (ii) **101**
© சைமன் ஜேம்ஸ்

17 மனித எலும்புக்கூட்டின் கல்லறை, மிகுலெய்ஸ், தெற்கு மொராவியா **108**
© ஆர்க்கியாலஜிக்கி உஸ்தவ் அகாடெமி வெட் ஷெஸ்கெ ரிபப்ளிகி ப்ர்னோ

18 கேலிச்சித்திரம் **116**
© பில் டைடி

19 அல்டாமிரா குகை ஓவியம்: நிற்கும் காட்டெருமை **123**
© மைக்கேல் ஹால்ஃபோர்ட்

20 கேலிச்சித்திரம் **131**
© பில் டைடி

21 கேலிச்சித்திரம் **136**
© பில் டைடி

22 கேலிச்சித்திரம் **141**
© பில் டைடி

அறிமுகம்

தொல்வரலாற்றுத் தொல்லியல் போல ஒருவரை மிக ஆரோக்கிய மானவராகவும் தத்துவஞானியாகவும் ஆக்கக்கூடிய பொழுது போக்குகள் அதிகம் இல்லை.

தி டைம்ஸ், 18 ஜனவரி 1924

ஜான் விண்ட்ஹாம் அவ்வளவாகக் கவனம் பெறாத தனது ஆரம்ப நாவல்களில் ஒன்றான 'ரகசிய மக்களில்' ஒரு கதாபாத்திரம் இப்படி சொல்வதாக அமைத்திருந்தார்: 'அவன் ஒரு தொல்..., தொல்..., விட்டுத்தள்ளு, அவன் யாருக்கும் எந்த வகையிலும் பயன்படாத பொருள்களுக்காகத் தோண்டுகிறான்.' அது நிச்சய மாக தொல்லியலார் என்ன செய்கிறார்கள் என்பதைப் பற்றிய ஒரு தீவிரமான பார்வை, அதிலும் விரிந்த பார்வையும்கூட. மற்றொரு கோடியில் ஒருவர், கார்ஸ்டென் நைபுர் போல, 'மறைந்து போனது மீண்டும் உயிர்பெறுமாறு திரும்ப அழைப்பவன் படைப் பதிலுள்ள பேரின்பத்தைப் போன்ற ஓர் இன்பத்தை அனுபவிக் கிறான்' – பல விதங்களில் தாங்கள் கடவுளைப் போன்றவர்கள் என்று தங்களைப் பற்றித் தாங்களே கருதிக் கொள்ளும் அளவுக்கு நிச்சயமாக சில தொல்லியலார் தங்கள் 'படைப்பு'களைப் பற்றி மிகவும் பெருமிதம் கொண்டிருக்கிறார்கள்.

பொதுமக்களுக்குத் தொல்லியல், தோண்டுவதுடன் நெருக்க மான தொடர்பு கொண்டிருப்பதாக இருக்கிறது, என்னவோ இத்துறையை மேற்கொண்டிருப்பவர்கள் தோண்டுவதைத்தான்

எப்போதும் செய்துகொண்டிருப்பதுபோல: 'பிரைவேட் ஐ' என்ற பிரிட்டன் நாட்டு அங்கதப் பத்திரிகையில், 'குழியில் நின்றுகொண்டிருக்கும் தாடி வைத்த மனிதராகவே' எந்த ஒரு தொல்லியலாரும் வழக்கமாகச் சித்திரிக்கப்படுகிறார். கேலிச் சித்திரங்கள் பொதுவாகத் தொல்லியலாரை உடல் முழுவதும் ஒட்டடை படிந்த, பழைய எலும்புகளையும் உடைந்த பானை களையும் பற்றியே எப்போதும் சிந்தித்துக்கொண்டிருக்கிற சிடுசிடுப்பான பத்தாம்பசலிக் கிழவர்களாகவே சித்திரிக்கின்றன. இவை யாவும் முற்றிலும் துல்லியமானவைதான், ஆனால் இத்துறையில் ஒரு மிகச் சிறிய பகுதியை மட்டுமே பிரதிபலிக் கின்றன. எடுத்துக்காட்டாக, சில தொல்லியலார் எப்போதும் தோண்டுவதே இல்லை, அவர்களில் மிகச் சிலரே தங்கள் நேரத்தில் பெரும் பகுதியைத் தோண்டுவதில் செலவிடுகின்றனர்.

ஆகையால் மிகச் சரியாகத் தொல்லியல் என்றால் என்ன? ஆர்க்கியாலஜி என்ற சொல் கிரேக்க மொழியிலிருந்து தோன்றி யுள்ளது (ஆர்க்கையோலாஜியா, 'பழமையான விஷயங்களைப் பற்றிய சொல்லாடல்'). ஆனால் இன்று அச்சொல் மனித குலத்தின் கடந்த காலத்திலிருந்து எஞ்சியிருக்கும் பொருள் ரீதியான தடயங்களைக் கொண்டு அதனை ஆய்வு செய்யும் துறையைக் குறிப்பதாக ஆகியுள்ளது. மனித குலத்தின் கடந்த காலம் என்ற தொடருக்கு அழுத்தம் தர வேண்டியுள்ளது. ஏனெனில் தொல்லியலார் – ஃபிளின்ட்ஸ்டோன்ஸ், மற்றும் மறக்க முடியாத கம்பள நீச்சலுடையில் ராக்வெல் வெல்ச் ஆகியவற்றின் விளைவாக – பொதுமக்களில் பலர் நம்புவதற்கு நேர்மாறாக டைனோசர்களையோ, அல்லது பாறைகளை அவை பாறைகள் என்பதற்காகவோ, ஆய்வு செய்யவில்லை. அவை தொல்படிவவியலார் மற்றும் நிலவியலார் துறைகளின் கீழ் வரும்; முதல் மனித இனம் தோன்றியபோது டைனோசர்கள் அழிந்துபோய் பல கோடிக்கணக்கான ஆண்டுகள் ஆகியிருந்தன.

தொல்லியல் உண்மையில் முதல் 'அரும் பொருள்கள்' (கருவிகள்) என்று ஏற்கத்தகுந்தவை – நடப்புச் சான்றுகளின் அடிப்படையில், ஏறக்குறைய 25 லட்சம் ஆண்டுகளுக்கு முன்னால் கிழக்கு ஆப்பிரிக்காவில் – தோன்றிய தறுவாயில் தொடங்கி, மிகச் சரியாக இன்றைய நாள் வரை நீள்கிறது. நேற்று நீங்கள் குப்பையில் எறிந்த பொருள், அது எவ்வளவுதான்

பயனற்றதாக, அருவருப்பானதாக, அல்லது சங்கடம் ஏற்படுத்தக் கூடியதாக இருந்தாலும் தற்போது அண்மைக்காலத் தொல்லியல் சான்றுகளின் பகுதியாக ஆகிவிட்டது. பெரும்பான்மையான தொல்லியலார் தொல்பழங்காலத்தையே (நூற்றுக்கணக்கான அல்லது ஆயிரக்கணக்கான ஆண்டுகளுக்கு முன்பான காலம்) ஆய்வு செய்தாலும், வரலாற்றுக் காலகட்டங்களையும், ஏன் மிகவும் நவீன நிகழ்வுகளையும்கூட – எடுத்துக்காட்டாக நெவாடா அணு ஆயுதப் பரிசோதனைத் தளம், துருவப் பிரதேசங்களுக்கு ஆய்வுப்பயணம் மேற்கொண்டவர்களின் குடிசைகள், அண்மைக் காலத்தில் நாஜிகளின் பதுங்குகுழிகளும் பெர்லின் சுவரும்கூட தொல்லியலாரின் கவனத்தை ஈர்த்துள்ளன! – நாடிச் செல்வோரின் எண்ணிக்கை அதிகரித்து வருகிறது.

பதினாறாம் நூற்றாண்டின் பிற்பகுதியில், தலைசிறந்த ஆங்கிலேய அரும்பொருள் சேகரிப்பாளர்களில் முதல்வரான வில்லியம் காம்டென், அரும்பொருள்களை ஆய்வு செய்வதை; 'திரும்பிப் பார்க்கும் அதீத ஆர்வம்' என்று வர்ணித்துள்ளார் – அதாவது, கடந்த காலத்தைப் பற்றி அறிந்துகொள்ளும் ஆசை – இதில் ஈடுபட்டுள்ளவர்களில் பலர் நிச்சயமாக எல்லா விஷயத்திலும் அதீத ஆர்வம் கொண்டவர்கள். கிறுக்குகளைக் காந்தம் போல் இழுப்பதாகத் தோன்றும் ஒரு துறை இது, ஆனால் அதன் பரந்த வீச்செல்லை அனைத்து வகை மனிதர்களுக்கும் அது ஏதாவது வைத்திருப்பதை உறுதிசெய்கிறது. கூச்ச சுபாவம் கொண்ட, துணையற்ற அகமுகச் சிந்தனையாளர் தூசு நிறைந்த ஓர் அறையில் அடைந்திருந்து பழைய நாணயங்களையோ பானைத் துண்டுகளையோ கற்களையோ உன்னிப்பாக ஆராய்வதில் நிறைவு காண்கிறார். வீம்புத்தனம் கொண்ட வெளியுலக ஈடுபாட்டாளரோ நம்ப முடியாத வகையில் ஆர்வம் நிறைந்தவர்கள் கொண்ட ஒரு பெரிய கூட்டம் சூழ்ந்திருக்க, களத்தில் பல வாரங்களைச் செலவிடலாம்.

பணி மேற்கொள்வதற்கு உங்களால் நிதி திரட்ட முடியுமானால், நீங்கள் பயன்படுத்திக் கொள்வதற்கு ஏகப்பட்ட பணி வாய்ப்புகளைக் கொண்டிருப்பதுதான் தொல்லியலின் இன்பங்களுள் ஒன்று. நீங்கள் உலக உருண்டையில் எங்காவது குண்டூசி யைக் குத்தலாம், அல்லது கவனம் செலுத்துவதற்கு ஏதாவது ஒரு காலகட்டத்தைத் தேர்ந்தெடுக்கலாம்: அடர்ந்த காடுகளில், நீண்ட

குகைகளில், தகிக்கும் பாலைவனங்களில் அல்லது உடலை உறைய வைக்கும் மலைகளில் என்று ஏதாவது தொல்லியல் பிரச்சினை எப்போதும் இருந்துகொண்டிருக்கும் ஆராய்வதற்கு. நிலத்துடன் உங்களைக் கட்டுப்படுத்திக் கொள்ள வேண்டிய தில்லை – நீருக்கு அடியில் ஆய்வு செய்யும் தொல்லியலராக ஆகலாம் அல்லது வானில் பறந்து ஒளிப்படம் எடுத்தலை உங்கள் துறையாக்கிக்கொள்ளலாம், உங்களின் இயல்பான திறன் அத்தகையதாக இருந்தால். நம் வரலாறு முழுவதையும் இத்துறை உள்ளடக்கியிருப்பதால், நீங்கள் தேர்ந்தெடுக்க புதைபடிவ மனிதர்களில் தொடங்கி இடைக்காலம் அல்லது தொழிற்புரட்சிக் காலம் வரையிலான ஒரு மிகப்பெரிய பரப்பு இருக்கிறது; இயற்கைக் கற்களிலிருந்து அதிகம் வேறுபடாத, மிக எளிமையான கூழாங்கல் கருவிகளை ஆய்வு செய்வதில் தொடங்கி, தொல்லியல் இடங்கள் பற்றிய தரவுக்காகச் செயற்கைக் கோள் ஒளிப்படங்களை அலசுவது வரை எதுவும், எல்லாமும்.

அகழாய்வில் தீவிரமாக ஈடுபடுவதையோ, அல்லது விரிவான மேற்பரப்பு ஆய்வுகளை மேற்கொள்வதையோ, பொருள் களைப் பல்வேறு வகைகளாக வகைப்படுத்துவதில் நேரம் செலவிடுவதையோ, அல்லது மிகவும் அரூபமான கோட்பாடு களை உருவாக்குவதில் ஈடுபட்டு ஒவ்வொருவரும் எங்கே தவறு செய்கிறார்கள் என்றும் எப்படி எதுவுமே சரியில்லை என்றும் அவர்களிடம் கூறிக்கொண்டு திரிவதையோ தேர்ந்தெடுக் கலாம். நூலகத்திலோ அல்லது ஆய்வுக்கூடத்திலோ, உங்கள் நேரத்தைச் செலவிடலாம். அருங்காட்சியகத்திலோ அல்லது மண்டலத் தொல்லியல் பிரிவிலோ நீங்கள் பணிபுரியலாம், ஆசிரியப் பணிக்கு அல்லது தற்சார்பான ஆய்வுக்கு உங்கள் வாழ்க்கையை அர்ப்பணிக்கலாம் (ஒரு சிலர் இரண்டையும் சமாளிக்கிறார்கள்), அல்லது இந்தப் 'பணித்துறை'க்கு வெளியில் இருந்துகொண்டு 'பொழுதுபோக்கு' அல்லது 'பகுதிநேரத் தொல்லியலார்' என்ற முத்திரையைத் தாங்கிக்கொள்ளுங்கள்: 'பொழுதுபோக்காகக் கொண்டவர்கள்' ஆண்டாண்டு காலமாகத் தொல்லியலுக்குப் பெரும் பங்களிப்பு செய்திருக்கின்றனர். தொடர்ந்து செய்து வருகின்றனர், கல்வித் துறையின் தந்த கோபுரங் களின் மீது உட்கார்ந்திருப்பவர்கள் பல நேரங்களில் அவர்களை மட்டமாக நடத்தி ஏளனம் செய்தாலும்கூட. உண்மையில்

'தொழில்முறையாளர்களை'விட பல பொழுதுபோக்காளர்கள் மிகவும் பரந்துபட்ட அறிவைக் கொண்டிருப்பவர்களாகவும் பல நேரங்களில், தங்கள் ஆவலைக் கிளர்ந்தெழச் செய்கிற, வார இறுதிகளையும் ஓய்வு நேரம் அத்தனையையும் விழுங்கக்கூடிய ஒன்றாகக் காணாமல் வெறுமனே ஒரு வாழ்க்கைப் பணியாக அல்லது பிழைப்புக்கான ஒரு வழியாகக் காண்பவர்களைவிடவும் மிக அதிக அர்ப்பணிப்பு உணர்வைக் கொண்டவர்களாகவும் இருக்கலாம். இயற்கையிலேயே, இது மோசமான நிலைக்கும் கொண்டுசெல்லலாம், தொல்லியலை அனைத்தும் விழுங்கும் வெறியாகக் கொண்டிருப்பவர்களைவிட – தொழில்முறை யாளர்களோ அல்லது பொழுதுபோக்காளர்களோ – மோசமான அல்லது மிகவும் சலிப்பூட்டுகிற விஷயம் வேறு இல்லை. இத்துறையைப் பற்றிப் பரந்த கண்ணோட்டம் கொண்டிருப்பதும், அடிப்படையில் நாம் இறந்துபோனவர்களின் எச்சங்களைச் சுற்றி வந்து மோப்பம் பிடித்து அவர்கள் தங்கள் வாழ்க்கையை எவ்வாறு வாழ்ந்தார்கள் என்று ஊகிக்க முயல்கிறோம் என்பதை அவ்வப்போது நினைவுபடுத்திக்கொள்வதும் பேருதவியாக இருக்கும்.

ஓரளவுக்கு சுறுசுறுப்பான அல்லது பரவசமூட்டும் அணுகு முறையை நீங்கள் மேற்கொள்ள விரும்பினால், ஆனால் அகழாய்வு செய்வதற்கோ அல்லது கள ஆய்வு செய்வதற்கோ விரும்பாவிடில் (அல்லது அதற்கான திறன் அல்லது நிதி இல்லா விட்டால்), ஏராளமான மாற்றுகள் உள்ளன: எடுத்துக்காட்டாக, பரிசோதனை ரீதியான தொல்லியல், அல்லது 'இனத்தொல்லியல்' (இயல் 3) அல்லது பாறைக் கலை ஆய்வு. கை வைத்த உங்கள் நாற்காலியிலேயே நீங்கள் உட்கார்ந்திருக்கலாம், அல்லது உலகைச் சுற்றி வரலாம், எதுவானாலும் உங்கள் மொழித் திறன்களைப் பயன்படுத்திக்கொண்டு. காட்டு விலங்குகளின் நடத்தை மற்றும் பழக்கங்களை அல்லது வேளாண்மையின் அடிப்படைகளை ஆய்வு செய்ய வேண்டியிருக்கலாம்: கட்டுமான வேலை, தச்சு வேலை, கப்பல் கட்டுதல், அல்லது மட்பாண்டத் தொழில் போன்ற மரபார்ந்த கைவினைத் தொழில்களில் நிபுணர்களாக இருப்பவர்களுடன் அல்லது கப்பல் ஓட்டுவதில் அல்லது வானவியலில் திறன் பெற்றிருப்பவர்களுடன் கலந்து பேசுவதைப் பயனுள்ளதாகக் காண்பீர்கள். வேறுவிதமாகச் சொல்வதானால்

தொல்லியலை மேற்கொள்வது என்பது பல மாலைநேரப் படிப்புகளை ஒரே நேரத்தில் பயில்வதற்கு ஒப்பானது.

சாத்தியங்களின் பரப்பெல்லை முடிவற்றது, எனவே தவிர்க்க முடியாத வகையில் இச்சிறு நூல் விரிவானதாக இருக்காது. உங்கள் வேட்கையைக் கூர்மைப்படுத்தவும் உங்களது திரும்பிப் பார்க்கும் ஆவலைத் தூண்டிவிடவும், தற்காலத் தொல்லியலின் அக்கறைக்குரியதாக உள்ள முக்கியப் பிரிவுகளில் ஒரு சிலவற்றை மட்டுமே இந்நூல் ஒரு பார்வையை வழங்கும்.

தொல்லியலின் உட்பிரிவுகளில் எதைச் சேர்ந்தவர்களாக இருந்தாலும் சரி, பெரும்பாலான தொல்லியலார் மிகுதியான அளவில் கொண்டிருக்க வேண்டிய பண்புகளில் ஒன்று, தன்னம்பிக்கை – அதாவது கடந்த காலத்தின் பொருள் ரீதியான எச்சங்களை மட்டுமே அடிப்படையாகக் கொண்டு அதனைப் பற்றித் தங்களால் ஏதாவது உருப்படியாகச் சொல்ல முடியும் என்ற நம்பிக்கை. அவர்கள் எதிர்கொள்ளும் அடிப்படைப் பிரச்சினை, கடந்த காலத்தில் நிகழ்ந்திருக்கக்கூடிய விஷயங்களில் பெரும் பாலானவற்றிற்கு மிகக் குறைவான சான்றுகளே எஞ்சி யுள்ளன என்பதுதான். இச்சான்றுகளிலும் மிகச் சிறிய பகுதியே தொல்லியலாரால் மீட்கப்பட்டிருக்கிறது. மீட்கப்பட்டவற்றிலும் அனேகமாக மிகக் குறைந்த அளவே சரியாக விளக்கப்பட்டிருக் கிறது அல்லது அடையாளம் காணப்பட்டிருக்கிறது. ஆனால் இவ்விஷயம் உங்களை உற்சாகம் இழக்கச் செய்வதை அனுமதிக் காதீர்கள் – மாறாக, பெரும்பாலானவர்கள் இச்சூழ்நிலையைத் தங்களுக்கு சாதகமாகப் பயன்படுத்திக்கொள்கிறார்கள்: கட்டங் களின் அல்லது வகைகளின் வரிசைகளை உண்டாக்குவதற்காக சான்றுகளில் உள்ள இடைவெளிகளின் ஊடாகக் கோடுகள் இழுப் பதற்கு நேரத்தைச் செலவிடுவதன் மூலமாகச் சிலரும்; தரவுகள் எவ்வளவுதான் மோசமானதாக இருந்தாலும், பொருத்தமற்றதாக இருந்தாலும் அதற்காக அலட்டிக்கொள்ளாமல், அவற்றைப் பயன்படுத்திக் கடந்த காலத்தைப் பற்றிய கதைகளை உருவாக்கு வதன் மூலமாகப் பிறரும். ஹார்வர்ட் உயிரியலாளர் ஸ்டீபன் ஜே குல்ட் எழுதியிருப்பது போல, கதைகள் சொல்வதன் மூலமே – நல்ல பொருளில் – அறிவியலின் பெரும்பகுதி முன்னேறுகிறது, ஆனாலும் அவை கதைகளே. மனிதனின் பரிணாமம் பற்றிய மரபார்ந்த காட்சிப்பட்டியலைப் பரிசீலியுங்கள் – வேட்டை

6

நீங்களும் நானும் மட்டும்தான்
மிஞ்சியிருக்கிறோம், கர்னல்!

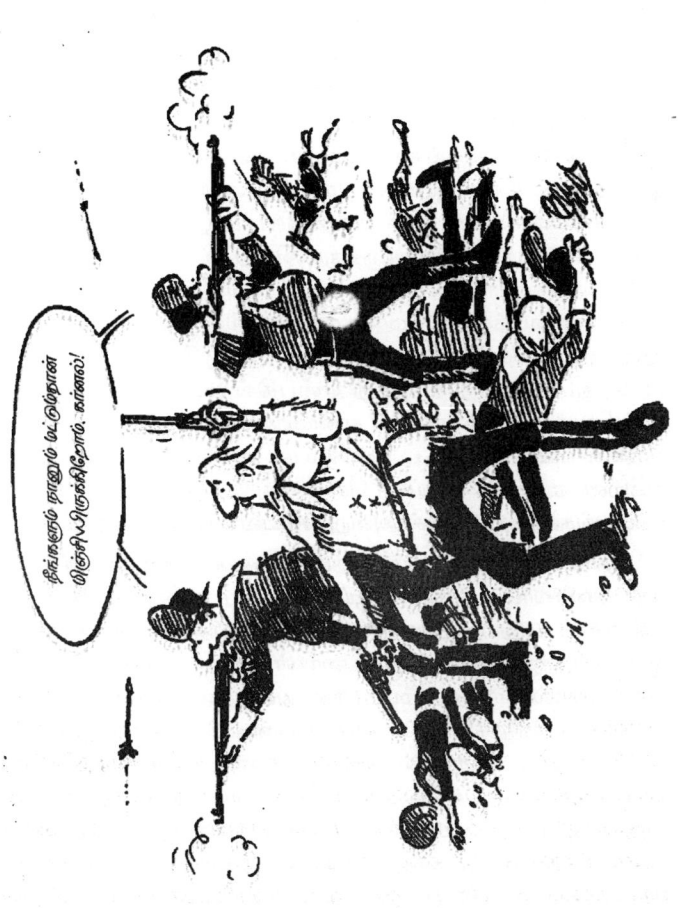

பற்றிய கதைகள், முகாம் தீ, இருண்ட குகைகள், சடங்குகள், கருவி தயாரித்தல், பூப்பெய்துதல், போராட்டம் மற்றும் இறப்பு பற்றிய கதைகள். இவை எந்த அளவுக்கு எலும்புகள் மற்றும் கலைப் பொருள்களின் அடிப்படையிலும் எந்த அளவுக்கு இலக்கிய விதிகளின் அடிப்படையிலும் அமைந்துள்ளன?

வரலாற்றுத் தொல்லியல் பாதுகாப்பானது என்று நீங்கள் நினைக்கலாம். ஆனால் கொஞ்சம்கூட இல்லை. எழுத்து ஆவணங்களைச் சில பண்பாடுகள் விட்டுச்சென்றுள்ளதால் அவற்றின் சில அம்சங்கள் பற்றி நாம் அதிகமாக அறிந்திருப்பது இயல்பானதுதான். ஆனால் பாரபட்சத்தையும் தெளிவின்மை யையும் கணக்கில் எடுத்துக்கொண்டுதான் ஆக வேண்டும் என்பது எல்லா வரலாற்றாசிரியர்களுக்கும் தெரியும். எடுத்துக்காட்டாக, லிட்டில் பிக்ஹார்ன் போரில் – இது 1876இல்தான் நிகழ்ந்தது – கஸ்டர் அடைந்த படுமோசமான தோல்வி பற்றிய அனைத்து நூல்களும், நேரில் கண்டவர்களின் சாட்சியங்களும் என்ன நடந்தது, எவ்வாறு நடந்தது என்பதில் மட்டுமல்லாது, இரு தரப்பிலும் இருந்தவர்களின் எண்ணிக்கை போன்ற அடிப்படை யான விஷயங்களில்கூட கணிசமான அளவில் வேறுபட்டிருக் கின்றன. ஏ.ஜே.பி. டெய்லர் சொன்னது போல, வரலாறு என்பது சம்பவங்களின் பட்டியல் அன்று, சம்பவங்களின் சித்திரிப்பே.

தொல்லியலாரிடையே அவநம்பிக்கையாளர்களையும் நிச்சயம் நாம் காணலாம் – தாங்கள் ஆய்வு செய்யும் கழிவுப் பொருள்கள் எவ்விதப் பயனும் அற்றவை என்றும், ஒரு விதத்தில், தங்களுக்கும் இது பொருந்தும் என்றும் நம்புபவர்கள். மறுக்க முடியாத வகையில் தொல்லியல் ஒரு ‘ஆடம்பரமான’ துறைதான். தனது இருப்பை அது தொடர்ந்து நியாயப்படுத்த வேண்டியிருக்கிறது (இயல் 9). ஆனால் அதே நேரத்தில், தொலைக் காட்சியில் தொல்லியல் நிகழ்ச்சிகளுக்கு (அதிலும் குறிப்பாக எகிப்து சம்பந்தப்பட்ட வற்றுக்கு) பார்வையாளர்கள் எண்ணிக்கை தொடர்ந்து அதிக அளவில் இருந்து வருவது உணர்த்துவதுபோல, பொதுமக்களில் பெரும்பான்மையினருக்குப் பரவசமூட்டுவதாகவும், மகிழ்ச்சி அளிப்பதாகவும், உலக சுற்றுலாத் துறைக்கு (இயல் 9) அளப்பரிய பங்களிப்பை ஆற்றுவதாகவும் அது உள்ளது.

தனிப்பட்ட முறையில் பார்த்தால் ஒருவர் தன் பணியில் முழுமையாக இன்பம் காணக்கூடிய துறையாகவும் உலகம்

முழுவதும், குறிப்பாக மாநாடுகளில், இனிய சுபாவமும் ஒத்த ரசனையும் கொண்ட பலரைச் சந்திக்க அல்லது அவர்களுடன் நெருக்கமான தொடர்பு கொண்டிருக்க வாய்ப்பளிப்பதாகவும் உள்ளது. நேர்மாறாக, என்ன காரணத்தாலோ பிரதேச மனப் பான்மையும், பகைமை உணர்வும், புறங்கூறுதலும், விஷமத் தனமான உட்பூசல்களும் பிற துறைகளில் வழக்கமாகக் காணப் படுவதைவிட மிக அதிகமாக உள்ளது. இத்துறையில் நுழைய திட்டமிட்டுக்கொண்டிருக்கிறீர்கள் என்றால், உங்களுக்குத் தேவை காண்டாமிருகத்தின் தோல். தவிர்க்க முடியாத வகையில் தற்பெருமை கொண்ட, போலியான, நேர்மையற்ற, பகட்டான, சுயநலம்மிக்க, ஒழுக்கமற்ற தொல்லியலாரும் ஒருசிலர் இருக் கிறார்கள். ஆனால் இதனாலெல்லாம் தங்கள் தொழிலில் அவர்கள் சிறந்து விளங்காமல் போய்விடவில்லை. உண்மையில், இதற்கு நேர்மாறாகத்தான் நடந்திருக்கிறது. (ஐயகோ! நான் எவ்வளவுதான் விரும்பினாலும் எடுத்துக்காட்டாகச் சிலரது பெயர்களை என்னால் இங்கு குறிப்பிட முடியவில்லை. ஆனால் அவர்கள் யார் என்று அவர்களுக்கே தெரியும்.)

ஆகையால் – சுருக்கமாகச் சொல்வதென்றால் – தொல்லியல் என்பது ஒவ்வொருவருக்கும் வழங்குவதற்கு ஏதாவது வைத்திருக் கிற, அனைவரையும் – பொருத்தமற்றவர்கள், அதீதப் பற்றாளர்கள், சமூகத்திலிருந்து ஒதுங்கியிருப்பவர்களைக்கூட, அல்லது குறிப்பாக அவர்களைத்தான் – வரவேற்கிற மிகவும் பரந்து விரிந்த தேவாலய மாகும். சமூகத்திலிருந்து ஒதுங்கியிருப்போருக்கு ரயில் எண் சேகரிப்பைவிட, அல்லது இணையத்தில் ஆழ்ந்திருப்பதைவிட தொல்லியல் மிகவும் நிறைவளிப்பதாக இருக்கலாம்.

கடந்த காலத்தில் (அண்மை வரலாற்றுக்கு முந்தைய காலம் உள்பட) என்ன நடந்ததென்று யாருக்கும் தெரியாது என்பதால், தொல்லியல் ஆய்வுக்கு என்றென்றும் முடிவே இல்லை. கோட்பாடுகள் வரும், போகும். கடந்த காலத்தைப் பற்றிய மரபான பார்வையாக அமைந்து, பொதுவாக மீண்டும் மீண்டும் கூறப்படுவதாலும், பரவலான ஒப்புதலாலும் நிலைநாட்டப் படும் ஏற்கப்பட்ட புனைவைப் புதிய சான்றுகள் அல்லது கண்டு பிடிப்புகள் மாற்றி யமைக்கும். மாக்ஸ் ப்ளாங்க் எழுதியது போல, 'ஓர் அறிவியல் உண்மை அதன் எதிர்ப்பாளர்களைத் திருப்திப் படுத்தி, அதனைப் புரிந்துகொள்ளச் செய்வதனால் அல்ல, அதன்

எதிரிகள் இறந்து போய், அதனை நன்கு அறிந்த ஒரு புதிய தலைமுறை வளர்ந்து விடுவதாலேயே வெற்றிபெறுகிறது'.

தொல்லியல் என்பது ஒரு நிரந்தரத் தேடல், என்றும் அது உண்மையில் ஒரு கண்டுபிடிப்பு அல்ல; அது ஒரு நிரந்தரப் பயணம், நிஜமான சேருமிடம் எதுவும் இல்லாதது. அனைத்தும் தாற்காலிகமானவை, எதுவும் இறுதியானதல்ல.

மேலே கூறப்பட்டது கொஞ்சம் கசப்பானதாகத் தோன்று வதைத் தவிர்க்க, தொல்லியல் மகத்தான இன்பத்தை அளிப்ப தாகவே இருக்கிறது என்றும், பனிமனிதன் அல்லது சுடுமண் படை வீரர்கள் போன்ற உண்மையிலேயே அசாதாரணமான ஒரு கண்டு பிடிப்பு ஒட்டுமொத்த உலகத்தின் ஆர்வத்தையும் தூண்டக்கூடிய அளவுக்கு மிகவும் பரவசமூட்டக்கூடியது என்றும் தன்னம்பிக்கையுடன் இருங்கள். பிற துறைகளில் ஒரு சிலவே இந்த அளவுக்குக் கூறிக்கொள்ள முடியும்.

இயல் 1
தொல்லியலின் தோற்றமும் வளர்ச்சியும்

தொல்லியல் – பழமை ஏக்கம் போல – முன்பு இருந்தது போல் இப்போது இல்லை, எனவே அது எங்கிருந்து தோன்றியது? 'தொல்லியலின் தொல்லியல்'தான் என்ன?

பெரும்பாலான மனிதர்களுக்குக் கடந்த காலத்தின் மீது ஏதோ ஓர் ஆர்வம் இருக்கிறது: நாம் இறக்கப்போகிறோம் என்பது நமக்குத் தெரியும் என்ற உண்மையுடன், நம் பூவுலகை அழிக்கக்கூடிய விசேஷத் திறனை நாம் கொண்டிருக்கிறோம் என்பதையும் ஒருசேரப் பார்க்க உள்ளபடியே இது மனித குலத்தின் தனிப்பட்ட குணாதிசயங்களில் ஒன்றாக இருக்கலாம். தங்கள் முன்னோர் விட்டுச்சென்ற சுவடுகள் குறித்து மனிதர்கள் எப்போதுமே ஆர்வம் காட்டி வந்திருப்பதாகத் தோன்றுகிறது – இது எப்போது ஆரம்பித்த தென்று நமக்கு எப்போதும் தெரியப்போவதில்லை, ஆனால் பழம்பொருள்களைப் பழமையான பண்பாடுகள் திரட்டி வந்துள்ள தற்கு அல்லது மிகப் பழமையான பொருள்களை வழிபட்ட தற்குக்கூட பல எடுத்துக்காட்டுகள் உள்ளன: பால்கனைச் சேர்ந்த ஒரு ஐந்தாம் நூற்றாண்டு திரேஷிய இளவரசி தன் கல்லறையில் கற்காலக் கோடரிகளின் சேகரிப்பைக் கொண்டிருந்தாள். கி.பி. பதினைந்தாம் மற்றும் பதினாறாம் நூற்றாண்டுகளைச் சேர்ந்த இராகொய்யப் பகுதிகள் ஆயிரம் ஆண்டுகளுக்கு முற்பட்ட கலைப் பொருள்களைக் கொண்டிருக்கின்றன; தென்அமெரிக்காவில் இன்கா பேரரசர்கள் பல நூற்றாண்டுகள் பழமையான, மோச் கலாசாரத்தைச் சேர்ந்த வண்ணமயமான

பாலியல் சித்திரங்கள் தீட்டப்பட்ட மட்பாண்டங்களை இன்கா நாகரிகப் பேரரசர்கள் திரட்டியுள்ளதாகக் கூறப்படுகிறது.

கி.மு. ஆறாம் நூற்றாண்டில், பாபிலோன் அரசர் நபோனிடஸ் ஆயிரம் ஆண்டுகளுக்கு முற்பட்ட ஒரு கோவிலின் அடிக்கல் வரை தரையைத் தோண்டி முதல் 'தொல்லியலார்' என அறியப் பட்டுள்ளார். டி.டபிள்யூ. கிரிஃபித்ஸ் இயக்கி, 1916ல் வெளி யான 'சகிப்புத்தன்மை' என்ற பிரமாதமான ஊமைப்படக் காவியத்தில், ஒரு காட்சி பின்வரும் தலைப்பைக் கொண்டுள்ளது: 'பெல்ஷாஸரின் தந்தைக்கு ஒரு குறிப்பிடத்தக்க நாள். 3200 ஆண்டுகளுக்கு முன்பு கட்டப்பட்ட நராம்–சின் கோவிலின் செங்கல் அடித்தளத்தை அவர் தோண்டுகிறார். பாரசீகத்தைச் சேர்ந்தவனும், பாபிலோனின் வலிமையான எதிரியுமான சைரஸ் நகரத்தை நெருங்கிக்கொண்டிருப்பதாக அவர் தற்செயலாகக் குறிப்பிடுகிறார்.' தொல்லியலின் ஆரம்பகால முன்னோடிகளும் கூட தங்கள் துறையில் அதீத ஆர்வம் கொண்டிருந்ததையும் ஞாபக மறதிக்கு ஆட்பட்டிருந்ததையுமே இது காட்டுகிறது.

தொல்லியலார் இன்று உள்ளவர்களைப் போலவே எப்போதும் இருந்தார்கள் என்று கூற முடியாது. உண்மையில், கி.பி. முதலாம் நூற்றாண்டுகளில் கிரேக்கத்தில் இந்தச் சொல், அபிநய நாடகங்கள் மூலமாக மேடையில் பழங்கதைகளை நிகழ்த்திக்காட்டிய நடிகர் களையே குறிப்பிட்டது. தொல்லியல் என்ற சொல் தற்போது புரிந்துகொள்ளப்படும் பொருளில், லையான்ஸ் நகரத்தில் பதினேழாம் நூற்றாண்டில் வாழ்ந்த மருத்துவரும் அரும்பொருள் சேகரிப்பாளருமான ஜாக்வெஸ் ஸ்பான் என்பவராலேயே மீட்டுரு வாக்கப்பட்டது. 'தொல்லெழுதுதல்' (ஆர்க்கியோகிராஃபி) என்ற சொல்லையும் அவர் முன்வைத்தார், ஆனால் அது ஏற்றுக் கொள்ளப்படவில்லை.

ரோமானிய காலத்தில், ஜூலியஸ் சீஸரின் படைவீரர்கள் இத்தாலியிலும் கிரேக்கத்திலும் குடியேற்றங்களை நிறுவிய போது மிகப் பழமையான பல கல்லறைகளைக் கண்டறிந்தார்கள். பானைகளையும் வெண்கலப் பொருள்களையும் அவர்கள் தேடிப் பிடித்து கொள்ளையடித்தார்கள், இவை ரோம் நகரில் அதிக விலைக்கு விற்கப்பட்டன. கல்லறையைக் கொள்ளையடித் தலுக்கும் பழம்பொருள் வணிகத்துக்கும் இது ஓர் ஆரம்பகால எடுத்துக்காட்டு. பேரரசர் அகஸ்டஸ் 'ராட்சசர்களின் எலும்புகள்

என்று பரவலாக அறியப்படுகிற, அழிந்துபோன கடல்வாழ் மற்றும் நிலம்வாழ் விலங்குகளின் பிரம்மாண்டமான எலும்புக் கூடுகளையும், பழங்காலக் கதாநாயகர்களின் ஆயுதங்களையும்' திரட்டியதாக வரலாற்றாசிரியர் சூடோனியஸ் குறிப்பிடப்படுகிறார்.

இடைக்காலத்தின்போது, ஐரோப்பிய மக்கள் 'மாயாஜால ஜாடிகளால்' திகைப்புக்கு ஆளாகிவந்தார்கள். மண் அரிப்பின் காரணமாகவோ அல்லது வளைதோண்டும் விலங்குகளின் செயல்களின் காரணமாகவோ நிலத்திலிருந்து மர்மமான முறையில் தோன்றிய மட்பாண்டங்களே (அனேகமாகப் பிணங்களை எரிப்பதற்கான தாழிகள்) இவை. அதே நேரத்தில், உழவர்கள் தங்கள் நிலங்களை உழும்போது மனிதர்களால் உருவாக்கப்பட்ட சிக்கிமுக்கிக் கற்களும் பளபளப்பாக்கப்பட்ட கற்கோடரிகளும் தொடர்ந்து கிடைத்துவந்தன. இந்த கலைப் பொருள்கள் வன தெய்வத்தால் எறியப்பட்டவை அல்லது இடி மின்கருவிகள் என்பது மக்களின் நம்பிக்கையாக இருந்தது. உண்மையில் இவை தொலைதூரப் பிரதேசங்களான ஆப்பிரிக்காவிலும் இந்தியாவிலும் உள்ள மக்களால் வழிபடப்பட்டன, சேகரிக்கப்பட்டன, பல நேரங்களில் தாயத்துகளாக அல்லது அணிமணிகளாகப் பயன்படுத்தப்பட்டன. ஐரோப்பாவில், இவற்றில் பல 'ஆர்வப் பெட்டகங்கள்' என்றழைக்கப்பட்ட, ஆரம்பகாலப் பழம்பொருள் ஆர்வலர்களின் இயற்கை மற்றும் செயற்கைப் பொருள்கள் அடங்கிய சேகரிப்புகளில் இடம்பெற்றன. இந்த 'இடிமின்கருவிகளும்' 'மாயாஜால ஜாடிகளும்' உண்மையில் மனிதர்களால் உருவாக்கப்பட்ட, பழங்கால மக்களின் எச்சங்களே என்ற உணர்தல் மிகவும் ஒளியூட்டப்பட்ட மனங்களில் மெதுவாகத் தோன்றத் தொடங்கியது. அதே நேரத்தில், கிரேக்க மற்றும் ரோமானியச் சிற்பங்களின் கண்டுபிடிப்பு செவ்வியல் வடிவங்களைப் பயில சமகால கலைஞர்களுக்கு உத்வேகம் அளித்தது, வசதிபடைத்த குடும்பங்களோ செவ்வியல் அரும்பொருள்களைத் திரட்டவும், காட்சிக்கு வைக்கவும் தொடங்கின.

பதினாறாம் நூற்றாண்டில்தான், வடமேற்கு ஐரோப்பாவில் சில அறிஞர்கள் 'மிகப் பழமையான காலகட்டங்கள் (அவற்றைப் பற்றி சமய நூல்களில் பதிவு செய்யப்பட்டுள்ளதைத் தவிர்த்து) மௌனத்திலும் மறதியிலும் புதைந்துள்ளன' என்ற ஃபிரான்சிஸ் பேகனின் கூற்றை உண்மையில் கேள்வி கேட்கத் தொடங்கினர்;

கள நினைவுச் சின்னங்களை ஆய்வு செய்வதன் மூலம் பழமையான கடந்தகாலம் பற்றிய தகவல்களைப் பெறலாம் என்று கண்டுகொண்டனர்; பிரிட்டனிலிருந்தும் ஸ்காண்டிநேவியாவிலிருந்தும் பிற இடங்களிலிருந்தும் அரும்பொருள் ஆர்வலர்கள் வரிசையாகப் புறப்பட்டு நினைவுச்சின்னங்களைச் சென்று பார்த்து, விவரிக்கத் தொடங்கினர். இந்நடவடிக்கைகள் மிகவும் முறைப்படியான ஆர்வமாகப் பதினேழாம், பதினெட்டாம் நூற்றாண்டுகளில் வளர்ச்சியுற்றன. இவற்றுடன் பெருகிவரும் எண்ணிக்கையில் அகழாய்வுகளும் இடம்பெற்றன. பெரும்பாலான அகழாய்வுகள் நிலத்திலிருந்து பொருள்களை மீட்டெடுப்பதை மட்டுமே உள்நோக்கமாகக் கொண்டிருந்தபோதிலும், ஒரு சில முன்னோடிகள் இப்பணியைக் கவனமான பகுத்தாய்வாக பாவித்தனர். வெவ்வேறு மண்ணடுக்குகளில் கிடைத்த பொருள்களுக்கும் அம்மண் அடுக்குகளுக்கும் இடையே உள்ள தொடர்பைப் பதிவுசெய்து, ஒட்டுமொத்தமாகப் பார்க்கும்போது மேல் அடுக்குகளிலிருந்து கிடைத்த பொருள்கள் கீழ் அடுக்குகளிலிருந்து கிடைத்தவற்றைவிடவும் காலத்தால் பிற்பட்டதாக இருக்க வேண்டும் என்று உணர்ந்துகொண்டனர்.

நிலத்தையும் நிலக்காட்சியையும் ஓர் ஆவணம்போல விசாரணை செய்து கற்றுணரும் இந்தப் புதிய அணுகுமுறை புதைமேடு தோண்டலில் ஒரு வெறியைத் தோற்றுவித்தது – அதாவது, வடமேற்கு ஐரோப்பாவில் அல்லது வட அமெரிக்காவில் உள்ள புதைமேடுகளைத் தோண்டுதல். எல்லாவற்றுக்கும் மேலாக இது கனவான்களுக்கும், குருமார்களுக்கும், மருத்துவர்களுக்கும் தொழிலதிபர்களுக்கும், பள்ளி ஆசிரியர்களுக்கும், இன்ன பிறருக்கும் ஒரு பொழுதுபோக்கு ஈடுபாடாக இருந்தது; இன்றும்கூட இந்தத் தொழில்களில் ஈடுபட்டுள்ளவர்கள் 'பொழுதுபோக்கு' தொல்லியலுக்கு உன்னதப் பங்களிப்பை ஆற்றுகின்றனர்.

கடந்த காலத்தின் எச்சங்களை முறைப்படியும் அறிவியல் பூர்வமாகவும் ஆய்வு செய்ய அபிலாஷை கொள்வது என்ற பொருளில், அரும்பொருள் சேகரிப்பு தொல்லியலாக உருமாற்றம் பெற்றது உண்மையில் பத்தொன்பதாம் நூற்றாண்டின் ஆரம்பம் முதல் இடைப்பகுதி வரையிலான காலகட்டத்திலேயே. தற்போது அழிந்துபோய்விட்ட விலங்குகளுடன் தொடர்புடைய

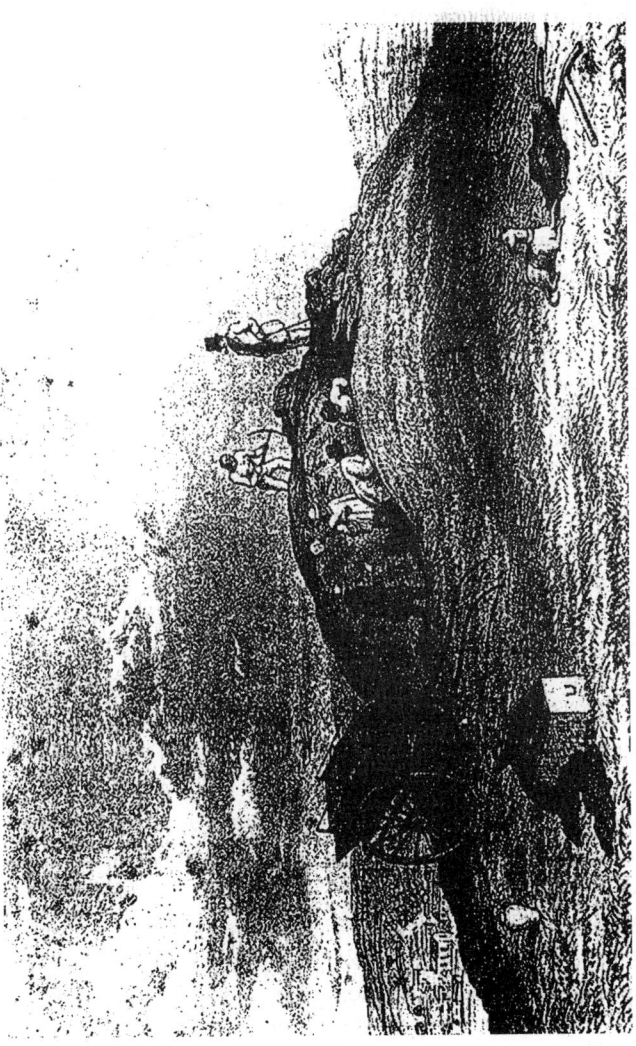

டெய்லர்ஸ் லோவின் அகழாய்வு, வெட்டன், மே 1845

கற்கருவிகள் மேற்கு ஐரோப்பாவில் கண்டுபிடிக்கப்பட்டதன் மூலமாக, மனித குலத்தின் மாபெரும் பழமை முதன்முதலாக நிலைநிறுத்தப்பட்டு, காலப்போக்கில் பொதுவாக ஏற்றுக் கொள்ளப்பட்டது, இக்காலகட்டத்தில்தான். பத்தொன்பதாம் நூற்றாண்டின் முடிவில், 'தலைசிறந்தவர்களில்' பலர் கடுமையாக உழைத்துக்கொண்டிருக்க, உண்மையான தொல்லியல் ஒரு தழைத்தோங்கும் தொழிலாக ஏற்கெனவே ஆகியிருந்தது – எகிப்தில் பெட்ரி, பாபிலோனில் கோல்டெவே, ஏஜியனில் சிலீமன், பிரிட்டனில் பிட்-ரிவர்ஸ். இந்த முன்னோடிகளில் பெரும்பாலானோருக்கு (நம்பத்தகாத, பொய்மை நிறைந்த சிலீமன் அனேகமாக ஒரு விதிவிலக்கு) தொல்லியல் ஒரு புதையல் வேட்டையாக அல்லாமல் தகவல் தேடலாகவும் குறிப்பிட்ட கேள்விகளுக்கு விடையளிக்கும் வழிவகையாகவும் இருந்தது.

இருபதாம் நூற்றாண்டின் ஊடாக, பிரிட்டனிலும் இந்தியாவிலும் வீலர், அண்மைக் கிழக்கு நாடுகளில் ரெய்ஸ்நர் மற்றும் வூலி, அமெரிக்காவில் உஹ்லே மற்றும் கிடர், ஃபிரான்சில் போர்டஸ் மற்றும் லீரோய்-கோர்ஹான் போன்ற பெரும்புள்ளிகள் அடங்கிய முழு அணியின் முயற்சிகளின் பயனாக – நிலப் பொதியியலார் (தரைக்கு அடியில் என்ன இருக்கிறதென்று பல கருவிகளின் துணைகொண்டு கண்டறியக்கூடியவர்கள்), வான் ஒளிப்படக்காரர்களில் ஆரம்பித்து, விலங்கியலார், தாவரவியலார், வேதியிலார், மரபியலார், தொல்லியல் பொருள்களிலிருந்து அல்லது அவற்றைச் சூழ்ந்திருக்கக்கூடிய படிவுகளிலிருந்து காலத்தைக் கணிக்கக்கூடிய ஒரு முழுத்தொகுதி விஞ்ஞானிகள் வரை (இயல் 2) – எண்ணற்ற துறைகளிலிருந்து நிபுணத்துவத்தைப் பெற்றுக்கொள்ளும் ஒரு பிரம்மாண்டமான, பல துறைகள் சம்பந்தப்பட்ட பணியாக உருவாகியிருக்கிறது தொல்லியல்.

காலப்போக்கில் இரு பெரும் போக்குகள் உருவாகியுள்ளன: முதலாவதாக, அகழாய்வு மிக மெதுவானதாகவும், மிகக் கடுமையானதாகவும் ஆகிவிட்டது. முன்புபோல தொல்லியல் அடுக்குகளை மண்வெட்டிகளால் (அல்லது வெடிகுண்டு களால்கூட!) அகழ்வதற்குப் பதிலாக, ஒவ்வொரு மண்ணடுக்கும் கவனமாக வாரியிடப்படுகிறது, குடையப்படுகிறது அல்லது ஒதுக்கித் தள்ளப்படுகிறது. நிலம் வைத்திருக்கக்கூடிய எந்த ஒரு அற்பத் தகவலையும் இழந்துவிடக் கூடாது என்பதற்காக

ஒவ்வொன்றும் சலித்தெடுக்கப்படுகிறது. எடுத்துக்காட்டாக, ஸ்பெயினில் அடபுயர்கா என்ற இடத்தில் ஒரு குகையின் ஆழத்தில், 'எலும்புகளின் குழி' எனப்படும் அறை உள்ளது. குறைந்தது இரண்டு இலட்சம் ஆண்டுகளுக்கு முற்பட்ட மனிதர்கள் பலரின் எலும்புக்கூடுகளைக் கொண்டிருக்கிறது (உண்மையில், இதுதான் உலகின் மிகப் பழமையான ஈமச் சடங்காகத் தோன்றுகிறது – காண்க இயல் 5). அகழாய்வாளர்கள் ஆண்டுதோறும் ஜூலையில் இங்கிருந்து பத்து அங்குல மண்ணை மட்டுமே அகற்றுகிறார்கள். இதனால் ஏறக்குறைய 300 மனித எலும்புகள் கிடைக்கின்றன. ஒவ்வொன்றும் சுத்தம் செய்யப்பட்டு, கெட்டியாக்கப்பட்டு, பாதுகாக்கப்பட வேண்டும் என்பதால் இவ்வளவுதான் அவர் களால் கையாள முடியும். இப்பணி நம்ப முடியாத வகையில் மிகவும் உன்னிப்பானது. எஞ்சியுள்ள படிவுகளும் நீரில் அலசப் பட்டு மிகக் கவனமாக சலிக்கப்படுவதால் காதின் உட்புறத்தி லுள்ள மிகச்சிறிய எலும்புகள்கூட மீட்டெடுக்கப்பட்டுள்ளன. இரண்டாவது பெரும் போக்கு என்னவென்றால், அனைத்து வகையான பொருள்களும் பெரும் அளவில் நமக்குக் கிடைக் கின்றன என்பது மட்டுமல்ல – புதிய உத்திகள் மற்றும் அறிவியல் ஆய்வுமுறைகளின் வளர்ச்சியால் – ஒவ்வொரு பொருள் பற்றியும் நாம் மேலும் அதிக அளவில் அறிந்துகொள்ள முடியும்.

எடுத்துக்காட்டாக, ஒரு ஒற்றை மட்பாண்டத் துண்டை (மிகவும் நீடித்து நிலைக்கக்கூடிய பொருள்களில் மட்பாண்டத் துண்டுகளும் அடங்கும். எனவே எங்கும் நிறைந்திருக்கிற வகையான தொல்லியல் சான்றுகளாக அவை உள்ளன.) எடுத்துக் கொள்வோம்: கடந்த காலத்தில், ஒரு மட்பாண்டச் சில்லு அதன் வடிவம், மூலப்பொருள், ஏதேனும் அலங்காரம் ஆகியவற்றின் அடிப்படையில் ஒரு வகையாக வகைப்படுத்தப்படும். ஆனால், தற்போது அதில் அடங்கியுள்ள மூலப்பொருள்கள் குறித்து விரிவாகத் தகவல்கள் பெற முடியும். இதன் மூலம் அவற்றின் ஆதாரங்களையும் துல்லியமாகக் கண்டறிய முடியும்; எந்த வெப்பநிலையில் அது சுடப்பட்டது, எந்தப் பொருளைக் கொண்டு அது பதப்படுத்தப்பட்டது என்பதை அறிந்துகொள்ளலாம், தெர்மோலுமினெசென்ஸ் (இயல் 2) என்ற தொழில்நுட்பத்தைப் பயன்படுத்தி மட்பாண்டத்தின் காலத்தையும் கண்டறியலாம். அதன் உட்புறப் பரப்பில் எஞ்சியிருக்கும் மிக மெல்லிய படிவு

களை ஆராய பிற முறைகளைப் பயன்படுத்தலாம். இவ்வாறாக அதில் அடங்கியிருந்த பொருள் என்ன என்று நமக்குத் தெரியவரும்!

வேறுவிதமாகச் சொல்வதானால், தொல்லியல் வளர வளர, அது மிகக் குறைவானவற்றை வைத்துக்கொண்டு மிக அதிகமான வற்றைச் செய்கிறது. அந்தோ, எல்லாவிதத்திலும் அது மிக அதிக மாகவும் உற்பத்தி செய்கிறது. உலகம் முழுவதிலும் தொல்லியலார் எண்ணிக்கை எப்போதும் அதிகரித்துக்கொண்டேயிருக்கிறது, அவர்கள் பதவிகளுக்காகப் போட்டிபோடுகிறார்கள், தகவலையோ அல்லது புதிய தரவுகளையோ உற்பத்தி செய்ய அனைவரும் முயன்றுகொண்டிருக்கிறார்கள். பெரும் எண்ணிக்கையில் மாநாடுகளும் கருத்தரங்குகளும் நடத்தப்படுகின்றன. பிறகு அவற்றில் பெரும்பாலானவற்றின் நிகழ்வுகள் புத்தக வடிவிலும் வெளியிடப்படுகின்றன. இதன் விளைவாக இத்துறையின் இலக்கியம் கட்டுமீறிப்போய், ஒவ்வோர் ஆண்டும் முளைக்கும் புதிய இதழ்கள், நூல் வரிசைகளுடன் பல தலை கொண்ட வெட்ட வெட்ட வளரும் மிகப்பெரிய கடல்வாழ் பாம்பு போன்று விளங்குகிறது. இவற்றை வெகு சிலரால் மட்டுமே விலைக்கு வாங்க முடியும். சுருங்கி வரும் வரவுசெலவுப் பட்டியல் என்ற நிலைமை நிலவும் இக்காலத்தில் நூலகங்கள்கூட இவற்றை வாங்க மிகவும் சிரமப்படும். ஒரு கண்டத்தின் தொல்லியல், ஒட்டுமொத்த உலகத்தின் தொல்லியல் தொடர்பான நூல்களை விட்டுத்தள்ளுங்கள், ஒரு குறிப்பிட்ட காலகட்டம் அல்லது பிரதேசம் அல்லது தொல்லியலின் உட்பிரிவு தொடர்பான அத்தனை நூல்களையும் தொடர்ந்து வாசித்து வரமுடியும் என்றுகூட நம்பிக்கை கொள்ள முடியாது.

முதலாம் உலகப் போருக்கு முன் நிலைமை வேறுவிதமாக இருந்தது. கேம்பிரிட்ஜ் பல்கலைக்கழகத்தின் நூலகத்தில் கிரஹாம் கிளார்க் அல்லது கிளைன் டேனியல் போன்ற தலைசிறந்த மேதைகளின் முனைவர் பட்ட ஆய்வேடுகளை ஒரு பார்வை பார்த்தீர்களானால், அவை மிக ஒல்லியான தொகுதிகளாக, 1990களில் சமர்ப்பிக்கப்பட்ட ஆய்வேடுகளிலுள்ள ஓர் ஒற்றை அத்தியாயத்தின் அளவே உள்ளதைக் காண்பீர்கள். ஆம், அவர் களது மாணவப் பருவத்தில் கற்பதற்கும் வாசிப்பதற்கும் மிகக் குறைவான தொல்லியலே இருந்தது; ஜெராக்ஸ், ஆப்பிள் (கணினி) என்ற பெரும் கடவுள்களின் ஆடம்பர வசதிகள் அவர்களுக்கு

இல்லை; கையால் குறிப்பு எடுப்பதையும் வரைபடங்களைப் பிரதியெடுப்பதையுமே அவர்கள் சார்ந்திருக்க வேண்டியிருந்தது.

அதே நேரத்தில், அருங்காட்சியகங்கள் நிரம்பி வழிகின்றன; பொருள்களைப் பாதுகாத்தல் என்பது பெரும் பிரச்சினையாகிக் கொண்டிருக்கிறது (இயல் 10). எடுத்துக்காட்டாக, எகிப்திய தொல்லியலார் பொருள்களை மீண்டும் புதைப்பதில்கூட இறங்கிவிட்டார்கள். அருங்காட்சியக நிலவறைகள் அல்லது கிடங்குகளில் வைப்பதைவிட பூமித் தாயிடமே ஒப்படைத்தால், எதிர்காலத் தலைமுறையினர் காணும் விதத்தில் அவை நல்ல நிலையில், நீண்ட காலம் நிலைத்திருக்கும் என்பதே அவர்கள் எண்ணம். பிரசுரிக்கப்படாத அகழாய்வுகள் மிகப்பெரிய அளவில் குவிந்து கிடப்பதைப் போல, உலகின் அருங்காட்சியகங்களில் பட்டியலிடப்படாத மற்றும்/அல்லது ஆய்வு செய்யப்படாத பொருள்களின் மிகப்பெரிய தொகுப்பான 'கலைப்பொருள் மலை' ஒன்றும் இருக்கிறது. இருப்பிலுள்ள பொருள்களில் பாதிகூட ஆவணப்படுத்தப்படாத நிலையில் கிடங்குகளிலிருந்து ஆயிரக்கணக்கான நாணயங்களும் பிற பொருள்களும் காணாமல் போய்க்கொண்டிருந்ததால் நேப்பிள்ஸ் அருங்காட்சியகம் அண்மையில் தன் கதவுகளை மூடிக்கொள்ளும் அளவிற்கு நிலைமை மிக மோசமாக இருக்கிறது. மிகவும் அலங்கோலமாகவும் பொருள்கள் நிரம்பி வழியும் நிலையிலும் உள்ள தன் வீட்டைத் தொல்லியல் சரிசெய்யும் எனில், அங்கே செய்வதற்கு நிச்சயம் நிறைய இருக்கிறது.

தனித் துறையாகத் தொல்லியல்

1960களில் நம்பிக்கை புதுப்பிக்கப்பட்டதிலிருந்து (இயல் 7) தொல்லியலார், மனித நடத்தை பற்றிய ஆய்வுக்கு தனிச் சிறப்பான பங்களிப்பை ஆற்றக்கூடிய தங்கள் துறையின் திறன் குறித்து முன்பைவிட பெரும் நம்பிக்கையைக் கொண்டிருந்தனர். வட அமெரிக்காவில் தொல்லியல் சக துறைகளுடன் கொண்டிருக்கும் உறவுமுறையின் பின்புலத்தில், இவ்விஷயம் அங்கு குறிப்பாக முக்கியத்துவம் வாய்ந்தது.

மானிடவியல் என்றால் மனித இனம் பற்றிய ஆராய்ச்சி என்று எளிமையாகப் பொருள்படும்; பிரிட்டனில் இது, மனித பண்பாட்டையும் சமூகத்தையும் ஆராயக்கூடிய சமூக (அல்லது

பண்பாட்டு) மானிடவியலாகவும்; மனித உடற்கூறுகளையும் அவை எவ்வாறு பரிணமித்தன என்பதையும் ஆராயக்கூடிய உடற்கூறு (அல்லது உயிரியல்சார்) மானிடவியலாகவும் பிரிக்கப் பட்டுள்ளது. எனினும், அமெரிக்காவில் தொல்லியல் என்பது மானிடவியலிலிருந்து பிரிக்க முடியாத ஒரு பகுதியாகவும் கருதப்படுகிறது: பெரும்பாலான கல்வித்துறைசார் தொல்லியலார் 'மானிடவியல் துறைகளில்'தான் காணப்படுவார்கள். பழைய உலகத்தில் தொல்லியல் தனிப்பட்ட ஒரு துறையாகக் கருதப் படுவது போல் அல்லாமல் அமெரிக்காவில் ஒரு உபதுறை யாகவே கருதப்படுகிறது.

தொல்லியல் 'பண்பாட்டு மானிடவியலின் இறந்த காலம்' என அழைக்கப்படுகிறது. மனித இனத்தின் கடந்த காலத்துடன் அது சம்பந்தப்பட்டுள்ளதால், மறுக்க முடியாத வகையில் அது மானிடவியலின் ஒரு பகுதியாகும். எனினும், அதே அளவில் வரலாற்றின் ஒரு பகுதியாகவும் இருக்கிறது – சொல்லப்போனால், வரலாறு என்பதைத் தொல்லியல் என்னும் பனிப்பாறையின் நுனி எனவும் நியாயமான முறையில் வர்ணிக்கலாம். ஏனெனில், மனித குலத்தின் கடந்த காலத்தில் 99 சதவீதத்திற்குத் தொல்லியலே ஒரே ஒரு உண்மையான தகவல் சுரங்கமாக விளங்குகிறது. வரலாறு (வாய்மொழி வரலாறு தவிர) என்பது மேற்கு ஆசியாவில் ஏறக் குறைய கி.மு.3000இல் எழுத்து ஆவணங்கள் அறிமுகமானதி லிருந்தும், உலகின் பெரும்பாலான பகுதிகளில் அதற்கு வெகு காலத்திற்குப் பின்னருமே தொடங்குகிறது. எனினும் வரலாற்றுக் காலகட்டங்களுக்குமேகூட, தொல்லியல் தரவுகளிலிருந்து பெறப் பட்ட தகவல்கள், ஆவணங்களிலிருந்து தெரிய வந்த தகவல் களுக்கு விலைமதிக்க முடியாத துணையாக இருக்கிறது – எப்படி இருந்தாலும் பல நேரங்களில் தொல்லியலார்தான் ஆவணங்களை யும் கல்வெட்டுகளையும் முதன்முதலாகத் தோண்டியெடுக்கிறார்.

ஆம், மானிடவியலுக்கும் தொல்லியலுக்கும் இடையிலான அடிப்படையான வேறுபாடு என்னவென்றால், மொத்தமாகப் பார்க்கும்போது, மானிடவியலாரின் வேலை சற்று சுலபமாக இருக்கிறது. அவர்களால் நடத்தையை உற்றுநோக்கவும் தகவலாளி களிடம் நேர்காணல்களை மேற்கொள்ளவும் முடிகிறது. ஏனெனில் மானிடவியல் நிகழ்காலத்தில் நிகழ்கிறது. (ஒரு கணத்தை நீங்கள் உணரும்போது அது ஏற்கெனவே இறந்த காலத்திற்கு உரியதாகி

விடுவதால் நிகழ்காலம் என்று ஒன்று இல்லை என்று 'செய் முறைக்குப் பின்னான தொல்லியலில்' (இயல் 7) உள்ள சில கோட்பாட்டு வெறியர்கள் சுட்டிக்காட்டியிருக்கிறார்கள்தான். எனினும், இதுபோன்ற மேம்போக்கான கருத்துகள் கடும் வெறுப் பையே வரவழைக்கின்றன.) தொல்லியலின் 'தகவலாளிகள்' இறந்துவிட்டனர், அதன் சான்றுகள் பெரிதும் வெளிப்படையாகப் போசாதவை – விடைகளை நயமாகப் பேசித்தான் வெளிக் கொணர வேண்டியிருக்கிறது. புத்திசாலி இளைஞன் ஒருவனுடன் பேசுவதற்கும் ஒரு பிணத்துடன் பேசுவதற்கும் உள்ள வித்தி யாசத்தைப் போன்றதுதான் இது.

இந்த வித்தியாசத்திலிருந்து உய்த்தறியப்படும் உண்மை என்னவென்றால், மானிடவியலார் தாங்கள் ஆய்வு செய்யும் நபர்கள் எவ்வாறு நடந்துகொள்கிறார்கள் என நேரடியாகக் கண்டு, விளக்கங்களைப் பெற முடியும்; தொல்லியலார்களோ நடத்தையை மீட்டுருவாக்கம் செய்ய வேண்டியிருக்கிறது. இதைச் செய்வதற்கு அவர்கள், அனேகமாக 1,00,000 ஆண்டுகளுக்கு முன் 'உடற்கூறு ரீதியாக நவீன மனிதர்கள்' தோன்றியதிலிருந்து மட்டுமாவது மனித நடத்தை மாற்றமின்றி அப்படியே இருந்திருக் கிறது, எனவே யூகிக்கக்கூடியது என்ற மிகப்பெரிய கற்பிதத்தைச் செய்துகொள்ள வேண்டியிருக்கிறது. அவர்கள் பயன்படுத்திக் கொண்ட விலங்குகளையும் தாவரங்களையும் பற்றி மிகச் சரியாக இதேபோன்ற கற்பிதங்களைச் செய்துகொள்ள வேண்டியிருக்கிறது. அதாவது, அவற்றின் நடத்தை, ருசிகள், காலநிலையையும் சுற்றுச் சூழலையும் அல்லது மண்ணையும் ஈரப்பதத்தையும் அவை தாங்கிக்கொண்டமை ஆகியன எப்போதும் ஒரே மாதிரியாகவே இருந்திருக்கின்றன, எனவே கடந்த காலத்தை மீட்டுருவாக்கும் போது அவற்றை நம்பகமான முறையில் யூகிக்கலாம். இக்கற்பி தங்கள் நியாயமானவைதானா என்பதை நம்மால் எப்போதும் உறுதிசெய்ய முடியாது எனும்போது இவை பிரம்மாண்டமானவை. ஆனால் இவை முக்கியமானவை, ஏனெனில் இவை இல்லாமல் தொல்லியல் செயல்பட முடியாது. கடந்த காலத்தில் மனிதர்கள் குறிப்பிட்ட சூழ்நிலைகளில் எப்படி எதிர்வினையாற்றி இருப் பார்கள் என்று ஓரளவு துல்லியமாக நம்மால் கணிக்க முடியா விட்டால், ஏற்றுக்கொண்ட சவாலைத் துறந்துவிட்டு மானிட வியலாராகிவிடலாம் – அது சற்று லேசான தலைவலிதான்.

இயல் 2
காலத்தைக் கணித்தல்

பொருள்கள் எந்த அளவு பழமையானவை அல்லது எந்தப் பொருள்கள் மற்ற பொருள்களைவிடப் பழமையானவை என்பதாவது உங்களுக்குத் தெரியாவிட்டால் கடந்த காலத்தை ஆய்வு செய்வதில் ஒரு பயனும் இல்லை. இத்துறையில் எந்தளவு ஆர்வம் இருந்தாலும் அது உறுதியான காலக்கணிப்புக்கு மாற்றாகாது – ஆர்வம் கொண்டிருப்பதால் எந்தப் பயனும் இல்லை, உங்களால் காலத்தைக் கணிக்க முடியாவிட்டால். ஆகவே, தொல்லியலார் எவ்வாறு காலத்தைக் கணிக்கிறார்கள்?

அண்மைக்காலம் வரையிலும்கூட, காலத்தை நிறுவுவதற்கு இரண்டு வழிமுறைகள் மட்டுமே இருந்தன – ஒப்பீட்டுக் கால வரையறை (ரிலேட்டிவ் டேட்டிங். ரிலேட்டிவ் டேட்டிங் என்றால் உங்கள் முறைப்பெண் அல்லது முறைப்பையனுடன் வெளியே செல்வது என்பதல்ல பொருள்), வரலாற்றுரீதியான கால வரையறை. குறிப்பிட்ட விஷயங்களில் – பொருள்கள், படிவுகள், நிகழ்வுகள், பண்பாடுகள் – சிலவற்றைக் காலத்தால் பிற்பட்டவை, மற்றவற்றைக் காலத்தால் முற்பட்டவை என்று ஒரு தொடர் வரிசையில் அமைப்பதுதான் ஒப்பீட்டுக் கால வரையறை. இடைக்காலம் அல்லது ரோமானிய காலகட்டங்கள் போன்ற, எழுத்துபூர்வமான சான்றுகள் கொண்ட காலகட்டங்களிலிருந்து வரலாற்றுரீதியான காலக்கணிப்பு தோன்றுகிறது. வரலாற்றுக்கு முற்பட்ட காலத்திற்கு, ஒப்பீட்டுக் கால வரையறை மட்டுமே உள்ளது, எனவே – இரும்புக் காலத்திற்கு முற்பட்டது வெண்

கலக் காலம், வெண்கலக் காலத்திற்கு முற்பட்டது கற்காலம் என்றெல்லாம் கூற முடிந்தாலும், எந்த அளவுக்கு முற்பட்டது என்பதைக் கூற இயலாது.

ஒப்பீட்டுக் கால வரையறையின் பின்னால் உள்ள அடிப்படைச் சிந்தனை மண்ணடுக்கு ஆய்விலிருந்து வந்தது. மண்ணடுக்குகள் அல்லது படிவுகள் ஒன்றன் மீது ஒன்று எப்படிப் படிகின்றன என்று ஆராய்வதே மண்ணடுக்கு ஆய்வு. மொத்தமாகப் பார்த்தால், கீழே உள்ள அடுக்குதான் முதலில் படிந்திருக்க வேண்டும், எனவே அதுதான் மேலே உள்ள மண்ணடுக்கைவிடவும் காலத்தால் முற்பட்டது. ஏதாவது இடையூறு ஏற்பட்டிருந்தால் ஒழிய, இந்த அடுக்குகளில் கிடைத்த பொருள்களுக்கும் இது பொருந்தும். எடுத்துக்காட்டாக, வளை தோண்டும் விலங்குகளால் அல்லது புதைகுழி தோண்டுவதால், குப்பைக் குழிகளால் அல்லது மண் அரிப்பாலும் மறுபடிவாலும் இடையூறு ஏற்படலாம்.

ஒரு மண்ணடுக்கில் கிடைத்த எலும்புகள் ஒரே காலத்தைச் சேர்ந்தவைதானா என்பதைக் கண்டறிவதற்கு வேதியியல் முறையில் கால வரையறை வழிமுறைகள் உள்ளன. புதைந்துபோன எலும்பிலுள்ள நைட்ரஜனின் அளவு காலப்போக்கில் குறைந்து கொண்டே போகிறது. அது ஃப்ளோரினையும் யுரேனியத்தையும் படிப்படியாக உறிஞ்சிக்கொள்கிறது. எனவே இந்த தனிமங்களை அளந்து பார்ப்பதன் மூலம் ஒரு தொகுதியிலுள்ள எலும்புகள் அனைத்தும் சமகாலத்தவைதானா அல்லது வெவ்வேறு கால கட்டங்களைச் சேர்ந்தவையா என்று அறிந்துகொள்ளலாம். இம்முறைகள் பில்ட்டௌன் மோசடியை – 1912இல் சசெக்ஸில் வாலில்லாக் குரங்குகளுக்கும் மனிதர்களுக்கும் இடையில் 'விடுபட்ட கண்ணி'யாகக் கூறப்பட்டது. ஆனால் இது ஒரு முழுமையான கட்டுக்கதை என்று நிரூபிக்கப்பட்டது – அம்பலப்படுத்த 1950களின் ஆரம்பத்தில் பயன்படுத்தப்பட்டன. மண்டையோடு அண்மைக் காலத்தைச் சேர்ந்தது, தாடை தற்கால மனிதக் குரங்கினுடையது என்று வேதியியல் காலக் கணிப்புமுறை காட்டியது. அவற்றைப் பழமையானதாகவும் நம்பத் தகுந்ததாகவும் தோன்றச் செய்வதற்காக அவை கறைப் படுத்தப்பட்டு, பற்கள் நிரப்பப்பட்டிருந்தன. இந்தக் குறும்புக்கு யார் காரணம் என்ற விவாதம் முடிவற்று மிக அலுப்பூட்டும் வகையில் தொடர்ந்து நடைபெற்றுக் கொண்டிருக்கிறது.

தொல்லியலின் ஒப்பீட்டுக் கால வரையறையில் மற்றொரு பெரிய வகை 'மாதிரிப் படிவமுறை' ஆகும். மூலப்பொருள், வடிவம், மற்றும்/அல்லது அலங்காரம் ஆகியவற்றில் ஒத்திருக்கும் பொருள்களை வகைகளாகப் பிரிப்பதே 'மாதிரிப் படிவமுறை'. இந்த முழு அமைப்பும் இரு ஆதாரமான கருத்துகளின் அடிப் படையில் அமைந்திருக்கிறது: முதலாவதாக, ஒரு குறிப்பிட்ட காலத்தையும் இடத்தையும் சேர்ந்த பொருள்கள் அடையாளம் காணக்கூடிய ஒத்த பாணியைக் (இனம் இனத்தோடு சேர்க்கிறது) கொண்டிருந்தன. பாணியில் மாற்றங்கள் ஓரளவுக்குப் படிப்படி யாகவே ஏற்படுகின்றன. உண்மையான நிலை என்னவென்றால், வெவ்வேறு பாணிகள் ஒரே காலகட்டத்தில் நிலவலாம், தனிப் பட்ட பாணிகள் நெடுங்காலம் நீடித்திருக்கலாம், மாற்றங்கள் மிக வேகமாக நிகழலாம். ஆனால் சுருக்கமான அறிமுகப் புத்தகங் களைப் பற்றிய நல்ல விஷயம் என்னவென்றால், அத்தகைய சிக்கல்களுக்குள் நுழைய அவற்றில் இடமில்லை என்பதே!

எது எப்படி இருந்தாலும், மட்பாண்டம், கருவி, ஆயுதம் ஆகியவற்றின் வடிவங்களின் விவரமான தொடர்வரிசைகளை நிறுவுவதிலும், பிறகு இந்தத் தொடர்வரிசைகளை வெவ்வேறு பிரதேசங்களுடன் தொடர்புப்படுத்துவதிலும் பல தலைமுறை தொல்லியலாளர்கள் – மிகவும் குறிப்பாக ஜெர்மானிய நாடு களைச் சேர்ந்தவர்கள் – தங்கள் வாழ்க்கையை அர்ப்பணித்திருக் கிறார்கள். வெவ்வேறான ஆனால் சமகாலத்தைச் சேர்ந்த பொருள் களின் முழுத் தொகுப்புகளை மொத்தமாக ஒரு 'தொகுதியாக'க் குவிக்க முடியும். இத்தொகுதிகளைத் தொடர் வரிசைகளில் அமைத்து, பல்வேறு பகுதிகளுக்கிடையே ஒப்பிட்டுப் பார்க்கவும் முடியும்.

இதர ஒப்பீட்டுக் காலக்கணிப்புகள் பனியுகத்தின் தட்ப வெப்பநிலைக் கட்டங்களின் தொடர்ச்சியை அடிப்படையாகக் கொண்டது (பனிப்பாளக் கட்டங்கள், அல்லது பனிப்பாள நகர்வின் கட்டங்கள்; பனிப்பாளக் கட்டங்களுக்கிடையேயான காலங்கள், அல்லது வெதுவெதுப்பான இடைப்பனிக்காலம்; ஸ்டேடியல்ஸ் அன்ட் இன்டர்ஸ்டேடியல்ஸ் என்று அறியப்படும் சிறு ஏற்ற இறக்கங்கள். ஆனால் வடதுருவத்திலும் தென்துருவத்திலும் உள்ள பனி மையங்களிலிருந்து கிடைக்கப் பெற்ற விரிவான தட்பவெப்பநிலைத் தகவல்களின் பயனாக – பனி ஊழியின்

தட்பவெப்பநிலை இதுவரை புரிந்துகொள்ளப்பட்டதைவிட மிகச் சிக்கலானது, ஏற்ற இறக்கங்களுக்கு உட்பட்டது என்று நமக்கு இப்போது தெரியும். படிவுகளிலுள்ள மகரந்தமும் தட்ப வெப்பநிலை மாற்றங்கள், தாவர வளர்ச்சி மாற்றங்களின் தொடர் வரிசைகளை உண்டுபண்ணுகின்றது. ஆனால் இவை மிதமான அளவில் வட்டாரம் சார்ந்ததாக இருக்கின்றன. விலங்கினக் காலக்கணிப்பும் – வெவ்வேறு விலங்கினங்களின் எலும்புகள் காணப்படுவதை அடிப்படையாகக் கொண்டது – ஒரு முக்கிய மான வழிமுறையாகும். 'குளிர் இரத்தப்' பிராணிகளும், 'வெப்ப இரத்தப்' பிராணிகளும் தட்பவெப்பநிலை மாற்றங்கள், சுற்றுச்சூழல் மாற்றங்களின் ஊடாக வந்துபோனதால் குறிப்பாக ப்ளைஸ்டோசீன் தொல்லியலில் (கடையூழிப் பனிக்காலம் பற்றி ஆராயும் துறை) இது முக்கியமானது.

தொடர்வரிசைகளை உற்பத்தி செய்வதெல்லாம் சரிதான், ஆனால் நாள்காட்டித் தேதிகளுக்காகத்தான் – 'முழுமையான தேதிகள்' – தொல்லியலார் எப்போதும் ஏங்கி வந்தனர். இந்த நூற்றாண்டுவரையில் கிடைத்த தேதிகளெல்லாம் பழங்கால மக்களால் ஏற்படுத்தப்பட்ட காலவரிசைகள், நாள்காட்டி களுடனான தொல்லியல் தொடர்புகளிலிருந்து பெறப்பட்ட வையே. இந்த நாள்காட்டிகளில் பல – ரோமானியர்களின் நாள்காட்டி, எகிப்தியர்களின் நாள்காட்டி, சீனர்களின் நாள்காட்டி போன்றவை – அவர்களது அரசப் பிரதிநிதிகள், பேரரசர்கள், அரசர்கள் அல்லது 'வம்சங்களின்' ஆட்சிக் காலத்தின் அடிப் படையில் அமைந்தவை. எடுத்துக்காட்டாக, எகிப்திய வம்சங் களின் காலங்களை மகா அலெக்சாண்டர் எகிப்தை வென்று கைப்பற்றியதிலிருந்து பின்னோக்கிச் சென்று கணிக்க முடியும். இந்நிகழ்வு கி.மு.332இல் நடைபெற்றது என்று கிரேக்க வரலாற்றாசிரியர்களிடமிருந்து நாம் அறிந்துகொள்கிறோம். மேலதிக விவரங்களும் விளக்கங்களும் வானவியல் நிகழ்வுகள் பற்றிய எகிப்திய ஆவணங்களிலிருந்து கிடைத்தன. இந்நிகழ்வு களின் தேதிகளைத் தனிப்பட்ட அறிவியல் ஆதாரங்களிலிருந்தும் நாம் அறிந்துகொள்கிறோம்.

மத்திய அமெரிக்காவில் வாழ்ந்த மாயர்கள் மிகவும் விரிவான நாள்காட்டியைக் கொண்டிருந்தனர். இது ஆட்சியாளர்கள் அல்லது வம்சங்களுக்குப் பதிலாக 260 மற்றும் 365 நாட்கள் என்ற சுழற்சி

இனிய பாதை, சாமர்செட் மட்டங்கள்

களை அடிப்படையாகக் கொண்டிருந்தது. இது கி.மு. 3113இல் (நாமே உருவாக்கிக்கொண்ட முறைப்படி) தொடங்கும் ஒரு நீண்ட கணக்கீடாகும்.

இவையெல்லாம் தொல்லியலாருக்கு, நிகழ்வுகள் அல்லது ஆட்சியாளர்களைப் பற்றிக் குறிப்பிடும் கல்வெட்டுகள், நடப்பு ஆட்சியாளரின் பெயரைத் தாங்கியிருக்கும் ரோமானிய மற்றும் இடைக்கால நாணயங்கள் போன்ற சில குறிப்பிட்ட பொருள்களின் காலத்தைக் கணிக்க வாய்ப்பளிக்கிறது. ஒரு பொருளின் காலம் கணிக்கப்படுவதால் அது கிடைத்த மண் அடுக்கின் காலமும் கணிக்கப்பட்டுவிட்டதாக ஆகிவிடாது என்பதை நாம் எப்போதும் நினைவில் கொள்ள வேண்டும் – ஒரு நாணயம் பல பத்தாண்டுகளாக அல்லது நூற்றாண்டுகளாகக் கைமாறிச் சென்று கொண்டிருக்கலாம் அல்லது பதுக்கி வைக்கப்படலாம் – ஆனால் குறைந்தபட்சம் மண்ணடுக்கின் அதிகபட்ச வயதையாவது அது உங்களுக்குத் தெரிவிக்கிறது. அந்த மண் அடுக்கு நாணயத்திலுள்ள காலத்தைவிடவும் பழமையானதாக இருக்கப்போவதில்லை (அந்த நாணயம் உட்புகுந்துவிட்டதாக இருந்தால் ஒழிய), ஆனால் காலத்தால் மிகவும் பிற்பட்டதாக இருக்கலாம்.

வெவ்வேறு மூலப்பொருள்களிலிருந்து 'முழுமையான தேதிகளை' பெறுவதற்கான வழிமுறைகள் அடங்கிய ஒரு முழுத் தொகுதியை அறிவியல் வழங்கும் வரையில், வரலாற்று ரீதியான மற்றும் நாள்காட்டி ரீதியான காலங்கள் தவிர வேறு உதவிகள் இல்லாமல் இருந்தது தொல்லியல். (ஓரளவுக்கு) உறுதியான காலக்கணிப்புதான் தொல்லியலுக்கு அறிவியலின் தலைசிறந்த கொடையாக இருந்துவருகிறது (காலத்தைப் போன்ற ஒரு பரிசு கிடையாது என்பது அனைவரும் அறிந்த விஷயமே).

முதலாம் உலகப் போருக்கு முன்பு, மிகவும் உள்ளூர்த் தன்மை கொண்ட இரண்டு வழிமுறைகளே இருந்தன – ஸ்காண்டிநேவியாவின் 'வார்வ்ஸ்' மற்றும் அமெரிக்காவின் தென்மேற்குப் பகுதியின் மர வளையங்கள். பனிப்பாளங்கள் உருகுவதனால் ஆண்டுதோறும் படியும் களிமண் படிவுகளைக் குறிப்பிடும் ஸ்வீடிஷ் மொழிச் சொல்லே வார்வ்ஸ் என்பது. இப்படிவுகளின் பருமன் வருடாவருடம் மாறுபடும். வெப்பம் அதிகமான ஆண்டில் பனி அதிக அளவு உருகும். இதனால் பருமனான அடுக்கு

உண்டாக்கும். ஒரு தொடரின் அடுத்தடுத்த பருமன்களை அளந்து, அவற்றைப் பிற பகுதிகளில் காணப்படும் பருமன்களுடன் ஒப்பிடுவதன் மூலம் ஆயிரக்கணக்கான ஆண்டுகள் பின்னோக்கிச் செல்லும் நீண்ட தொடர்வரிசைகளை அமைக்கலாம். மரங்களின் வருடாந்திர வளர்ச்சி வளையங்கள் விஷயத்திலும் மிகச் சரியாக இதுதான் நடக்கிறது – வெவ்வேறு காலகட்டங்களைச் சேர்ந்த மரங்களின் மாதிரிகளை ஒன்றின் மீது ஒன்று பொருத்துவதன் மூலம் உள்ளூர் தட்பவெப்ப நிலையில் ஏற்படும் ஏற்ற இறக்கங்களால் உருவாகும் பருமனான வளையங்கள், மெல்லிய வளையங்களின் தொடர்வரிசையை அமைக்கலாம். ஜெர்மனியில் கி.மு. 8000க்குப் பின்னோக்கிச் செல்லும் தொடர்ச்சியறாத தொடர்வரிசைகள் நம்மிடம் தற்போது உள்ளன. இவற்றுடன் பழங்கால மரத்துண்டுகளை ஒப்பிட்டு, அவற்றின் காலத்தைத் துல்லியமாகக் கணிக்கலாம்.

இந்த வழிமுறை, வறட்சியானது ஏராளமான பழங்கால மரங்களை பாதுகாத்து வைத்திருக்கும் தென்மேற்கு அமெரிக்கா, அல்லது சதுப்புநிலங்களிலும் நீரூறிய மரங்கள் ஏராளமாகக் காணப்படும் வடமேற்கு ஐரோப்பா போன்ற பிரதேசங்களிலும் மிக்க பயனுள்ளதாக இருக்கும் என்பது இயல்பானதே. வியப் பூட்டும் துல்லியம் கொண்ட விளைவுகள் தற்போது கிடைத்து வருகின்றன – எடுத்துக்காட்டாக, பிரிட்டனில் சாமர்செட்டில் ஒரு சதுப்பு நிலத்தினூடாகக் கட்டப்பட்டுள்ள, 'இனிய பாதை' எனப்படும் பலகையாலான இடைகழிப்பாதையிலுள்ள மரத் துண்டுகளை ஆய்வு செய்ததில் அப்பாதை கி.மு. 3807/3806இல் குளிர்காலத்தில் கட்டப்பட்டுள்ளதாகத் தெரியவந்துள்ளது.

கதிரியக்கக் கரிம முறை மூலம் கணிக்கப்பட்ட காலத்தைச் சரிபார்ப்பதற்கு உதவும் வழிவகையாகவும் பேருதவியாக இருக் கிறது மர வளைய முறை. கதிரியக்கக் கரிம முறை தொல்லியலில் ஒரு புரட்சியை நிகழ்த்தியது. ஆனால் ஒருவிதத்தில், அது 'நிஜமாக இருக்க முடியாத அளவுக்கு மிக நல்லது' என்றும் நிரூபணமானது. அகழாய்வு மேற்கொள்ளப்பட்ட இடங்களி லிருந்து பெறப்பட்ட கரி, மரம், விதைகள், மனித எலும்பு அல்லது விலங்கின் எலும்பு போன்ற கரிமப் பொருள்களே மாதிரிகளாகப் பயன்படுத்தப்படுகின்றன. ஏனெனில் இந்த முறையில் கரிமப் பொருள்களில் நுண்ணிய அளவில் எஞ்சியுள்ள கரிமம் 14 (சி 14)

என்ற கதிரியக்க ஐசோடோப் அளவிடப்படுகிறது – வாழ்நாள் முழுக்க இதனை உள்ளிழுத்துக்கொள்ளும் கரிமப்பொருள்கள் தாங்கள் இறந்ததும் அதனை சமச்சீரான விகிதத்தில் இழக்கின்றன. அண்மைக்காலத்தில் உருவாக்கப்பட்டுள்ள ஆற்றல் அதிர்வு வண்ணப்பட்டை பதிவு ஒளிப்படப்பிடிப்பு (ஆக்ஸிலரேட்டர் மாஸ் ஸ்பெக்ட்ரோமெட்ரி - ஏஎம்எஸ்) என்ற முறையில் மிகச் சிறிய அளவிலான மாதிரிகளே தேவைப்படுகின்றன. கரிமம் 14இன் அணுக்கள் நேரடியாக எண்ணப்படுகின்றன. எனினும் 50,000 ஆண்டுகளுக்கு உட்பட்ட அளவில்தான் நம்பகமான காலக்கணிப்பு செய்ய இயலும்.

கதிரியக்கக் கரிம முறையின் பின்னால் உள்ள – வளி மண்டலத்தில் கரிமம் 14இன் செறிவு எப்போதும் நிலையாக இருக்கிறது என்ற – அடிப்படைக் கருதுகோள் பிறகு தவறானது என்று நிரூபிக்கப்பட்டுவிட்டது. பூமியின் காந்தப் புலத்தில் ஏற்படும் மாறுதல்களின் காரணமாகவே கரிமம் 14இன் செறிவு காலப்போக்கில் மாறுதலுக்கு உட்பட்டிருக்கிறது என்று தற்போது நாம் அறிவோம். வயது தெரியவந்த மரத்தின் வளையங்களில் இம்முறை சோதிக்கப்பட்டிருக்குமானால், தொடக்கத்திலிருந்தே எல்லாம் நல்லபடி நடந்திருக்கக்கூடும். இதுபோன்ற தர்ம சங்கடமான பிரச்சினைகளும் தீர்க்கப்பட்டிருக்கும். கதிரியக்கக் கரிம முறையில் பெறப்பட்ட காலங்களை மர வளைய முறையில் பெறப்பட்ட காலங்களோடு ஒரு வரைக்கட்டத்தில் அமைத்த போது ‘மதிப்பாராய்வு வளைவுகள்’ உண்டாயின. இந்த வரைக் கட்டங்கள் கரிமம் 14ஐ பயன்படுத்தி கணிக்கப்பட்ட காலங்களில் பிழைகள் எவ்வாறு மாறுபடுகின்றன என்பதை ஏறக்குறைய கி.மு. 7000 வரைகூட காட்டுகின்றன.

இப்படிப்பட்ட ஐயப்பாடுகள் இருந்தாலும், மாதிரிகள் கெட்டுப் போயிருக்கக்கூடிய அபாயங்கள் எப்போதும் நிலவினாலும், கதிரியக்கக் கரிம காலக்கணிப்பு முறை தொல்லியலின் மிகவும் பயனுடைய, எங்கும் காணப்படும் கருவியாகி, இதற்கு முன்பு எவ்விதமான கால அளவுகோலும் இருந்திராத பிரதேசங் களுக்கும் காலக்கணிப்பை நிறுவி வருகிறது. கரிமப் பொருள்கள் கிடைக்குமானால் தட்பவெப்பநிலை பற்றி கவலைப்படாமல் எங்கு வேண்டுமானாலும் பயன்படுத்தலாம்.

ஒரு இடத்தில் கரிமப் பொருள்கள் எதுவும் எஞ்சியிருக்க வில்லை என்றால் என்ன செய்வது? இம்மாதிரியான காலக் கணிப்பு பற்றிய எவ்வித நம்பிக்கையையும் குலைக்கக்கூடிய சூழ்நிலையே அண்மைக்காலம் வரை நிலவிவந்துள்ளது. ஆனால், நவீன அறிவியலின் அற்புதங்களின் விளைவாக, இனி அவ்வாறு நிகழாது. மனிதனின் புதைபடிவங்களைக் கொண்டுள்ள கிழக்கு ஆப்பிரிக்கா போன்ற தொன்மையான இடங்களில், எரிமலைப் பகுதிகளில் உள்ள பாறைகளின் காலத்தை பொட்டாசியம்/ ஆர்கான் முறையைக் கொண்டு அறியலாம். பிற இடங்களில், குகைகளிலுள்ள பொங்கூசிப் பாறை போன்ற கால்ஷியம் கார்பனேட் நிறைந்த பாறைகளுக்கு யுரேனியம் தொடர் காலக் கணிப்பு முறையைப் பயன்படுத்தலாம். கடந்த 10,000 ஆண்டு களைச் சேர்ந்த அகழாய்வு களங்களில் ஏராளமாகக் கிடைக் கின்ற கனிமப்பொருளான மட்பாண்டங்களுக்கும், எரிந்த சக்கி முக்கிக்கல் போன்ற பிற கனிமப்பொருள்களுக்கும் வெப்ப ஒளிர்வு காலக்கணிப்பு முறையைப் பயன்படுத்தலாம். தொல்லியல் ஆய்வுக்கான பொருளைக் கொண்டிருக்கும் சில குறிப்பிட்ட படிவுகளுக்குக்கூட – ஆஸ்திரேலியக் கண்டத்திற்கு மிகப் பழங் காலத்திலேயே மனிதர்கள் வந்து சேர்ந்ததற்கு முக்கிய சான்றாகத் திகழ்வதும், 53,000 முதல் 60,000 ஆண்டுகளுக்கு முற்பட்டதாகக் காலம் கணிக்கப்பட்டதுமான வடக்கு ஆஸ்திரேலியப் பாறை உறைவிடங்களிலுள்ள படிவுகள் போன்றவை – ஒளி மூலமாகத் தூண்டப்பட்ட ஒளிர்வு முறையைப் பயன்படுத்தலாம். கரிமம் 14இன் எல்லைக்கு மிக வெளியே இருக்கும் காலகட்டங்களுக்கு எடுத்துக்காட்டாக, 1,00,000 ஆண்டுகளுக்கு முற்பட்ட இஸ்ரேல் பகுதிகளைச் சேர்ந்த மனிதப் பற்கள் மற்றும் விலங்குப் பற்களுக்கு மின்னணு சுழற்சி எதிரொலி முறையைப் பயன்படுத்தலாம்.

அவ்வளவாக முக்கியத்துவமற்ற வேறு பல காலக்கணிப்பு முறைகளும் உள்ளன. இங்கே அவற்றைப் பற்றி அலச முடியாத அளவுக்கு அவை மிகச் சிக்கலானவை; அலுப்பூட்டக்கூடியவை. எப்படியும் தொல்லியலாளர்கள் உண்மையில் அவற்றைப் பற்றி அதிகம் தெரிந்துகொள்ள வேண்டியதில்லை – ஏனெனில் அவர் களில் பெரும்பாலானோர் மிதிகட்டைக் குப்பைத்தொட்டியின் பின்னுள்ள அறிவியல் தத்துவத்தைப் புரிந்துகொள்ளக்கூட சிரமப்படுபவர்கள். அளிக்கப்பட்ட பொருளிலிருந்து மாதிரி

எடுத்து, அவற்றுக்குப் பொருத்தமான காலத்தைக் கூறக்கூடிய 'உணர்ச்சிகளற்ற விஞ்ஞானிகளின்' திறனில் அவர்கள் உருக்கமான, பல நேரங்களில் தவறான நம்பிக்கை வைத்திருக்கிறார்கள். ஆய்வுக்கூடங்களில் கதிரியக்கக் கரிம காலக்கணிப்புக்காக ஒரு மாதிரியைச் சமர்ப்பிக்கும்போது, எவ்விதமான எண்ணிக்கையை எதிர்பார்க்கிறீர்கள் என்று முன்னதாகவே கூறும்படி நம்மிடம் பொதுவாகக் கேட்கப்படுவதால் ஆய்வுக்கூடங்களின் மீது நமக்குள்ள நம்பிக்கையும் போய்விடுகிறது! எனினும், என்னென்ன முறைகள் உள்ளன, அவற்றை எந்தெந்தப் பொருள்களுக்கு, கால கட்டத்துக்குப் பயன்படுத்தலாம் என்ற அடிப்படை விஷயங்கள் தொல்லியலாளர்களுக்குத் தெரிந்திருக்குமானால், பாதுகாக்கப்பட்ட மற்றும் கலைக்கப்படாத சூழல்களைக் கண்டுபிடிக்க முயலுதல், மிகுந்த கவனத்துடன் மாதிரிகள் சேகரித்தல், அவை மாசுபடுவதைத் தவிர்த்தல், பரிசோதனைகளுக்காக ஆய்வுக்கூடங்களுக்குச் செலுத்த வேண்டியிருக்கும் கணிசமான தொகைகளுக்காக நிதி திரட்டுதல் போன்ற மிக முக்கியமான விஷயங்களில் அவர்கள் கவனம் செலுத்தலாம். தேதிகள் மலிவாகக் கிடைப்பதில்லை என்று பதின்பருவத்தைச் சேர்ந்த எந்த இளைஞனும் இளம் பெண்ணும் நன்றாகவே அறிவார்கள்.

இயல் 3
தொழில்நுட்பம்

கருவிகளை வழங்குங்கள். வேலையைச் செய்து முடிக்கிறோம்.
வின்ஸ்டன் சர்ச்சில்

எப்போதும் தொல்லியல் நம் மூதாதையர்கள் விட்டுச்சென்ற கருவிகளையே-ஒரு கல்துண்டு முதல் போர்க்கப்பல் வரை எல்லாவற்றையும்-மிகப்பெரிய அளவில் சார்ந்திருக்கிறது; நெடுங்காலமாக, மனித குலத்தின் முன்னேற்றம் தொழில் நுட்பத்தின் அடிப்படையிலேயே பெரிதும் பார்க்கப்பட்டிருக்கிறது. உண்மையில், மனித குலத்தின் கடந்த காலத்தைத் தொழில் நுட்ப வளர்ச்சியின் அடிப்படையில் தொடர்ச்சியான 'காலங் களாக' – கற்காலம், வெண்கலக் காலம், இரும்புக் காலம், தொடர்ந்து பல உட்பிரிவுகள் – பகுத்தனர் அறிஞர் பெருமக்கள். தற்போது கடந்த காலத்தின் இதர கூறுகளுக்கு சமமான அல்லது அதிக முக்கியத்துவம் அளிக்கப்பட்டாலும், மனித வாழ்க்கையின் முக்கிய ஆதாரமாக எப்போதும் கருவிகளே இருந்து வருகின்றன என்பதும், மிக நுட்பமான நம் கணினியுகக் கருவிகள் அனைத்தும் நம் மூதாதையர்களின் எளிய பயன்பாட்டுப் பொருள்களிலிருந்தே தோன்றியுள்ளன. தொல்லியல் சான்றுகளில் பெரும்பகுதியை மனிதனால் உருவாக்கப்பட்ட கலைப்பொருள்களே நிரப்பியுள்ளன.

'பாலியோலித்திக்' அல்லது 'பழங்கற்காலம்' என்பது 25 லட்சம் ஆண்டுகளுக்கு முந்தைய முதல் கருவியில் தொடங்கி நிகழ்காலத்திலிருந்து 10,000 ஆண்டுகளுக்கு முன்பு வரை

என்று தொல்லியல் சான்றுகளில் 99 சதவீதத்திற்கும் மேற்பட்டு ஆக்கிரமித்துக்கொண்டிருக்கிறது; அதன் கழிவில் கற்கருவிகளே அதிக அளவில் இருக்கின்றன. தலைமுறை தலைமுறையாக அறிஞர்கள் இக்கற்கருவிகளை வகைப்படுத்துவதிலும் விரிவாக ஆய்வு செய்வதிலும் தங்கள் வாழ்நாளையே அர்ப்பணித்திருந்தாலும், இவற்றை உருவாக்கியவர்களுக்கு இவை எந்த அளவுக்கு முக்கியமானவை அல்லது முக்கியமற்றவை என்று துரதிர்ஷ்ட வசமாக நமக்குத் தெரியவில்லை. கற்கருவிகள் ஏறக்குறைய அழிக்கப்பட முடியாதவை, கரிமப் பொருள்களோ – எலும்பு, மான்கொம்பு, மரம், தோல், தசைநாண்கள், கயிற்றுத் தொகுதி, பிரம்புப்பொருள்கள், இறகுப்பொருள்கள், இன்னபிற – பெரும்பாலான வழக்கமான சூழ்நிலைகளில் சிதைவடைந்து

விடுகின்றன. எனவே பழங்கற்காலத்தின் கருவித் தொகுதியில் பெரும்பாலானவற்றை நாம் என்றென்றைக்குமாக இழந்து விட்டோம். அக்காலகட்டத்துக்கு நாம் அளித்துள்ள பெயரே - 'கற்காலம்' - குழப்பத்திற்கு இடமளிக்கலாம். அதனை 'பாலியோ ஆக்ஸிலிக்' அல்லது 'பழைய மரக்காலம்' என்று அழைப்பதே யதார்த்தமானதாக இருந்திருக்கும். பல கற்கருவிகளின் சேதாரம் பற்றிய ஆய்வு அவை கரிமப்பொருள்களைப் பெறுவதற்காகவோ அல்லது அவற்றைக் கொண்டு வேலை செய்வதற்காகவோ பயன்படுத்தப்பட்டன என்று நிச்சயமாகச் சுட்டிக்காட்டுகிறது. தொடக்ககாலத் தொழில்நுட்பம் உண்மையில் இவற்றின் அடிப்படையிலேயே அமைந்திருந்தது.

ஆம், தொல்லியலில் எப்போதும் நிகழ்வதைப் போல, ஒரு மோசமான பணியை நாம் முடிந்தவரையில் சிறப்பாகச் செய்ய வேண்டும். நமக்கு வந்து சேர்ந்தவை அரைகுறையாக இருப்பதைப் பழிப்பதற்குப் பதிலாக ('ஒரு மோசமான வேலைக்காரன் தன் கருவிகளைக் குறைகூறுகிறான்') நம்மிடம் இருப்பதைக் கொண்டு நாம் பணியாற்ற வேண்டியிருக்கிறது. உண்மையில், மற்ற வகைப் பொருள்களின் சுவடுகளும் பழங்கற்காலத்தி லிருந்து அவ்வப்போது கிடைக்கின்றன - சில மரப் பலகைகள், மர ஈட்டிகள்; பிரான்ஸில் லாஸ்காக்ஸ் குகையில் ஒரு துண்டுக் கயிறு; செக் நாட்டில் 26,000 ஆண்டுகளுக்கு முற்பட்ட பாவ்லோவ் என்ற இடத்தில் சுட்ட களிமண்ணில் ஒரு கூடையின் அல்லது துணியின் பதிவு. கடைப் பழங்கற்காலத்துக்கு (ஏறக் குறைய 40,000 முதல் 10,000 ஆண்டுகளுக்கு முற்பட்டது) கணிசமான எண்ணிக்கையில் எலும்புக் கருவிகளும் மான் கொம்புக் கருவிகளும்கூட கிடைக்கின்றன.

கடந்த காலத்தில், கற்கருவிகள் அவற்றின் வடிவங்கள், அவற்றின் தயாரிப்பு முறைகள், அல்லது அவற்றின் தோராயச் செயல்பாடு ஆகியவற்றின் அடிப்படையில் விவரிக்கப்பட்டு வகைப்படுத்தப்பட்டன. தற்காலத்தில், இக்கூறுகளில் சில வற்றைப் பற்றி நாம் மிக அதிகமாகவே அறிந்திருக்கிறோம். 'நுண் தேய்மானம்' (அதாவது, கருவிகளின் செயல்பாட்டின் காரணமாக அவற்றில் எஞ்சியுள்ள மிகச் சிறிய சுவடுகள்) பற்றிய ஆய்வுகள் சோவியத் ஒன்றியத்தைச் சேர்ந்த செர்ஜி செமெனோவால் 1950களில் மேற்கொள்ளப்பட்ட முன்னோடிப்

பணிகளுக்குப் பெரிதும் கடன்பட்டிருக்கின்றன. கற்கருவிகளின் மீது இடப்பட்டிருந்த பல்வேறு மெருகுகளையும் வரிவரிப் பள்ள அமைப்புகளையும் உற்றுநோக்க அவர் ஒரு சாதாரண நுண்ணோக்கியையே சார்ந்திருக்க வேண்டியிருந்தது. இந்த ஆய்வுகள் அலகீட்டு மின்னணு நுண்ணோக்கியின் வருகைக்குப் பிறகு ஒரு புதிய கட்டத்தில் அடியெடுத்து வைத்தன. மிகச் சிறிய தேய்மானத்தை மிக நெருக்கமாகவும் மிகத் துல்லியமாகவும் உற்றுநோக்க உதவுகிறது இந்த நுண்ணோக்கி.

எனினும், இவற்றில் எதுவும் பெரிதும் பயன்படாது, எவ்வித மான நடவடிக்கைகள் இந்தச் சுவடுகளை உருவாக்குகின்றன என்று உங்களுக்குத் தெரியாவிட்டால். இந்த இடத்தில்தான் பரிசோதனைகள் வசதியாக உள்ளன. வெவ்வேறு வகையான கற்கருவிகளின் நகல்கள் உருவாக்கப்பட்டுக் குறிப்பிட்ட பணி களைச் செய்வதற்குப் பயன்படுத்தப்பட்டன, இதன் மூலம் உருவாகும் சுவடுகளையும் தேய்மானங்களையும் மதிப்பிட்டு, அவற்றைத் தொல்லியல் ஆய்வில் கிடைத்த மாதிரிகளுடன் ஒப்பிட்டுப் பார்ப்பதற்காக. மேலும், கற்கருவிகளின் நகல்களை உருவாக்குதல் – இத்திறன் ஜெர்மன் நாட்டின் பழம்பொருள் சேகரிப்பாளர் ஏ.ஏ. ரோட் என்பவரால் 1720இலேயே பயன் படுத்தப்பட்டது. பழங்காலத்தில் கருவிகள் தயாரிக்கப்பட்ட முறை களைப் பற்றிப் பெரிதும் கற்பிக்கிறது. இன்று 'chaine operatoire' (பழங்கற்காலக் கருவிகள் பற்றிய ஆய்வில் வெகு காலத்துக்கு முன்பே பிரெஞ்சுக்காரர்கள் மற்றவர்களைவிட சிறந்து விளங்கிய தால்) என்ற விளங்காத சொல்லே ஒழுங்கு ஆசாரமாக இருக் கிறது. மூலப்பொருளில் தொடங்கி அது கருவியாக நிறைவு பெறுவது வரையில் நடைபெறும் உற்பத்தி வரிசையை இச்சொல் குறிப்பிடுகிறது. கருவிகளின் நகல்களை உருவாக்குவது பற்றி யெல்லாம் அலட்டிக்கொள்ளாமல் உற்பத்தியைப் பற்றி ஆழமாகத் தெரிந்துகொள்ள ஓர் எளிய வழி, நிஜக் கற்கருவிகளை மறுபடியும் ஒன்றாகப் பொருத்திப் பார்ப்பதே ('மீண்டும் பொருத்துதல்' அல்லது 'ஒன்றுசேர்த்தல்') – ஒரு முப்பரிமாண திருகுவெட்டுப் புதிர் போல இது அலுப்பூட்டும், நேரத்தை விழுங்கும் பணியாக இருக்கலாம். ஆனால் உற்பத்திச் செயல்முறையின் ஒவ்வொரு கட்டத்தையும் நீங்கள் பின்தொடர்வதற்கு ஏற்ற வகையில் கண்ணைக் கவரும் பலன்களை இது அளிக்கக்கூடியது.

சில நேரங்களில், தொல்லியல் எச்சங்களை வெறுமனே உற்றுநோக்குவதன் மூலமே உற்பத்திச் செயல்முறையை நாம் புரிந்துகொள்ள முடியும்: எடுத்துக்காட்டாக, ஈஸ்டர் தீவிலுள்ள சிலைச் சுரங்கத்திலுள்ள நூற்றுக்கணக்கான நிறைவுபெறாத அல்லது கைவிடப்பட்ட சிலைகள் அவற்றின் உற்பத்தியின் ஒவ்வொரு கட்டத்தையும் காட்டுகின்றன; தென் ஆப்பிரிக்காவில் உள்ள, ஏறக்குறைய கி.பி. 950ஐச் சேர்ந்த கஸ்டீல்பெர்க் என்ற இடத்தில் உள்ள கட்டுமானப் பகுதியில் சில குறிப்பிட்ட எலும்புக் கருவிகள் உருவாக்கும் செயல்முறையின் ஒவ்வொரு கட்டத்தையும் காணலாம்; எடுத்துக்காட்டாக தென் அமெரிக்காவி லிருந்து கிடைத்திருப்பவற்றை பழங்கால நெசவின் மாதிரி களாக, நிபுணர்களால் 'வாசிக்க' முடியும், அவை எவ்வாறு உருவாக்கப்பட்டன என்று அவர்களால் சரியாகப் புரிந்துகொள்ள முடியும். அதே போல, ஒரு மட்பாண்டத்தை சாதாரணமாகப் பார்ப்பதன் மூலமே அது கையால் வனையப்பட்டதா அல்லது சக்கரத்தில் சுழற்றிச் செய்யப்பட்டதா என்று தெரிந்துவிட வேண்டும். உலோக வேலைப்பாட்டின் துணைப்பொருள்கள் – உலோகவார்ப்புக் கட்டிகள், உலோகக் கசடு, வார்ப்படம், புடக்குப்பிகள், வீணாகிப்போன வார்ப்புருக்கள், உலோகக் கழிவுகள், இன்னபிற – அதேபோல உலோகத் தொழிலில் கடைப்பிடிக்கப்பட்ட முறைகளைப் பற்றிய குறிப்புகளை வழங்குகின்றன: சீனாவில் கி.மு.500ஐச் சேர்ந்த ஒரு வெண்கல வார்ப்படச்சாலை இவ்வகையைச் சேர்ந்த 30,000 பொருள்களை வழங்கியிருக்கிறது.

கற்கருவிகள் பற்றிய ஆய்வில் பயன்படுத்தப்பட்ட பரி சோதனை நடைமுறைகளில் பல – மரவேலை, நூலிழைகள் மற்றும் துணி, மட்பாண்டங்கள், கண்ணாடி, பலவகையான உலோக வேலைப்பாடுகள் போன்ற – இதர பொருள்களின் தொழில்நுட்பத்தையும் பிற்பட்ட காலகட்டங்களின் தொழில் நுட்பத்தையும் ஆராயும்போதும் பின்பற்றப்பட்டிருக்கின்றன. எடுத்துக்காட்டாக, இத்தாலிய ஆய்வாளர் ஃபிரான்சிஸ்கோ டி'எரிகோ, எலும்பு, மான்கொம்பு மற்றும் தந்தத்தாலான பொருள்களை நீண்ட நாட்கள் கையாள்வதால், ஓரிடத்திலிருந்து வேறொரு இடத்திற்குக் கொண்டுசெல்வதால், நகைகளாகத் தொங்க விடப்படுவதால் அவற்றில் படிவுகள் ஏற்படுவதை

நுண்ணோக்கியைக் கொண்டு கண்டுபிடிக்க முடியும் என்பதை நிறுவுவதற்காகப் பல பரிசோதனைகளை நிகழ்த்தியுள்ளார். மட்பாண்டக்கலை, உலோகத் தொழில் தொடர்பான எண்ணற்ற நகலெடுப்புச் சோதனைகளும் நிகழ்த்தப்பட்டுள்ளன. இந்தச் சோதனைகள் இல்லாவிடில் இத்தகைய தொழில்நுட்பம் பற்றிய நமது அறிவு வளர்ச்சியுறாத நிலையிலேயே இருந்திருக்கும்.

உண்மையில், வெவ்வேறு தொழில்நுட்பங்களை – வீடு கட்டுதல், வேளாண்மை, இறைச்சி வெட்டுதல், சேமிப்பு, மட்பாண்டங்கள், கற்கருவிகள் அல்லது உலோக வேலைப் பாட்டை உருவாக்குதல் – ஆராய பல்வேறு நாடுகளில், குறிப்பாக வடமேற்கு ஐரோப்பாவில், முழு 'கிராமங்களே' அமைக்கப்பட்டு, இவ்வகையான 'பரீட்சார்த்தத் தொல்லியல்' தற்போது தொல்லி யலின் ஒரு முக்கியப் பிரிவாக ஆகியிருக்கிறது.

மிகப் பழங்காலத்தில் பல நூற்றாண்டுகளாக, பல ஆயிரம் ஆண்டுகளாக கைமாற்றப்பட்டு வந்து சேர்ந்து குவிந்துள்ள திறன்கள் மற்றும் அறிவுடன் ஒப்பிடும்போது, பல பத்தாண்டுகளாக நிகழ்த்தப்பட்டிருந்தாலும் இச்சோதனைகள் நிலையில்லாதவை என்பது இயல்பானதே; நிகழ்காலத்தில் கவனித்து தெரிவிக் கப்படும் கருத்து எதுவும் பழங்காலத்தைப் பற்றி உறுதியாக எதையும் நிரூபித்துவிட முடியாது. ஆனால் அவை வழங்கும் வரம்புக்குட்பட்ட புரிந்துகொள்ளல்கள் சுவையானவை, பயனுடையவை. அது மட்டுமல்ல, இச்சோதனைகளில் பல நல்ல வேடிக்கையாகவும் இருக்கும். ஒரு வீட்டை எரித்துத் தள்ள, அல்லது ஒரு சகாவை வெண்கல வாளால் தாக்க, ஒரு கல் துண்டைக் கடுமையாக அடிக்க, அல்லது ஒரு சுவரின் மீதோ, சூளையின் மீதோ பசுஞ்சாணத்தைப் பூசி, அதை 'அறிவியல்' என்று கூற நீங்கள் அனுமதிக்கப்படும்போது உங்களுக்குள் பதுங்கியிருக்கும் அனைத்து வகையான பேய்களையும் நீங்கள் அவிழ்த்து விடலாம்.

இவ்வகையான ஆய்வுடன் தொடர்புடைய ஆனால் அவ்வள வாகச் செயல்திறமற்ற அணுகுமுறைக்கு 'இனத் தொல்லியல்' என்று பெயரிடப்பட்டுள்ளது. தற்காலத்திலும் வாழ்ந்துகொண்டி ருக்கும் 'நாகரிக வளர்ச்சியற்ற' மக்களிடமிருந்து மானிடவியலார் பெறும் தகவல்கள் தங்களுக்கு உபயோகமாக இல்லாததனால்

தொல்லியலார் நெடுங்காலமாகவே ஏமாற்றமடைந்திருந்தனர். இந்தக் களப்பணியாளர்களை உறவுமுறைச் சொற்கள், பில்லி சூனியம் முதலிய விஷயங்களே ஆட்டிப்படைத்ததால், தொல்லியலார் பெரிதும் ஆர்வம் காட்டக்கூடிய விஷயங்கள் – அதாவது, பிற்பாடு தொல்லியல் சான்றுகளாக ஆகவிருக்கும் விஷயங்களை இந்த மக்கள் எவ்வாறு உற்பத்தி செய்தனர் – பற்றி இவர்கள் எப்போதும் அதிகம் அலட்டிக்கொண்டதில்லை. மனித இனத் தொல்லியல் ஆய்வுகளில் மட்பாண்டத் தயாரிப்பு குறிப்பாக பலராலும் விரும்பப்படுவதாகக் காணப்படுகிறது, ஆனால் தொல்லியலார் அனைத்து வகையான விஷயங்களையும் பற்றி அறிந்துகொள்ள விரும்புகின்றனர்: பொருள்கள் எவ்வாறு, எங்கு, ஏன், யாரால் உருவாக்கப்படுகின்றன; எவ்வளவு நேரமும் உழைப்பும் அவற்றில் முதலீடு செய்யப்பட்டது; ஏன் அவை சில குறிப்பிட்ட விதங்களில் அலங்கரிக்கப்பட்டுள்ளன; எவ்வளவு சீக்கிரம், எந்தச் சூழ்நிலைகளில் அவை உடைபடுகின்றன, மற்றும் எவ்வாறு, எங்கு அவை தூக்கி எறியப்படுகின்றன – நமது சமூகத்திலேயேகூட, உங்களுக்குக் குறிப்பாக அவற்றில் ஆர்வம் இருந்தால் ஒழிய, கவனிக்கப்படாமல் போகும் சலிப்பூட்டும் அன்றாட நடவடிக்கைகள் இவை. தொல்லியல் அற்ப விஷயங் களிலேயே – குப்பை விநியோகம், பானையின் மீதுள்ள அலங் காரம், ஒரு கூரை ஓட்டின் வடிவம் – மிகப்பெரிய ஆர்வத்தைக் கொண்டிருக்கிறது.

முக்கியத்துவமற்றதாகத் தோன்றும் விவரங்களில் இவ்வாறு பற்று கொண்டிருப்பது தொல்லியல் ஓர் ஒட்டுண்ணி, உபயோக மற்ற ஆடம்பரம் என்று இத்துறையுடன் தொடர்பற்றவர்கள் மத்தியில் நிலவும் எண்ணத்தை வளர்க்கவே உதவுகிறது. சந்தை சக்திகளால் ஆளப்படும் ஒரு உலகில் தொல்லியல் தன் இருப்பை நியாயப்படுத்த வேண்டியிருக்கிறது; தனது இரவு உணவுக்காக அது பாட வேண்டியிருக்கிறது. சில பகுதிகளில் அது சுற்றுலா விற்கு உள்ள மிகப்பெரிய முக்கியத்துவத்தில் (இயல் 9) தனக்கான நியாயத்தைக் காண்கிறது. ஆனால் மற்ற இடங்களில், பல்வேறு நடைமுறைப் பயன்பாடுகளில் பெரும் பயன் இருக்கலாம். எடுத்துக்காட்டாக, கடந்த காலத்தில் ஏற்பட்ட நில நடுக்கங் களைக் குறிப்பிடும் பழமையான கல்வெட்டுகளும் சான்று களும் கொண்ட சீனாவிலும், 10,000 ஆண்டுகளுக்கு முன்

வரையிலும் ஏற்பட்டுள்ள பழமையான நிலநடுக்கங்களைப் பற்றிய வரலாற்றுச் சான்றுகள், விவிலியச் சான்றுகள் மற்றும் தொல்லியல் சான்றுகள் கொண்ட அண்மைக் கிழக்கு நாடுகளிலும் 'நிலநடுக்கத் தொல்லியல்' முக்கியத்துவம் உடையதாகக் கருதப்படுகிறது. சில நோய்கள் மற்றும் நோய்க்குறிகளின் வரலாறு பற்றிப் பயனுள்ள தகவல்களை மனித எச்சங்கள் அளிக்கலாம்.

எனினும், மிகவும் குறிப்பிடத்தகுந்த நடைமுறைப் பங்களிப்பு வேளாண் தொழில்நுட்பத் துறையிலேயே காணப்படுகிறது. ஏனெனில் சில நேரங்களில், வறண்ட பாலைவனங்களில் நீர்ப் பாசன வசதியைச் செய்து கொடுப்பதன் மூலம் அல்லது பயிர் விளைச்சலை மிகப் பெரிய அளவில் அதிகரிப்பதன் மூலம் தொல்லியலார் ஏறக்குறைய கடவுளுக்கு இணையாகலாம். எனினும், அவர்கள் இவற்றையெல்லாம் தங்கள் சுய புத்தியால் அல்ல நம் மூதாதையர்களின் மறக்கப்பட்டுவிட்ட ஞானத்திற்குப் புத்துயிர்ப்பு அளிப்பதன் மூலமே செய்கிறார்கள். எடுத்துக் காட்டாக, 2000 ஆண்டுகளுக்கு முன்பு இஸ்ரேல் நாட்டின் கொடிய நெகெவ் பாலைவனத்தை ஆக்கிரமித்திருந்த நபாடியர்கள் நகரங்களில் வாழ்ந்து, திராட்சை, கோதுமை, ஆலிவ் ஆகியவற்றைப் பயிரிட்டனர். அந்தப் பிரதேசத்தில் அபூர்வமாகப் பெய்யும் பெருமழையிலிருந்து கிடைக்கும் மழைநீரைப் பாசன வடிகால்களுக்கும் நீர்த்தேக்கங்களுக்கும் கொண்டுசெலுத்துதல் என்ற தந்திரமான முறையின் மூலமே அவர்கள் இதைச் சாதித்தனர் என்று வானிலிருந்து எடுக்கப்பட்ட ஒளிப்படங்களும் தொல்லியலும் ஒன்றுசேர்ந்து தெரியப்படுத்துகின்றன. எனவே விஞ்ஞானிகளும் இம்முறைகளைப் பயன்படுத்தி அப்பகுதியில் பழமையான பண்ணைகளை மீட்டுருவாக்க முடிந்தது. அந்தப் பண்ணைகள் தற்போது வறட்சி நிலவும் ஆண்டுகளிலும்கூட அதிக விளைச்சலை உற்பத்தி செய்கின்றன.

இவற்றைவிடவும் பெரு நாட்டின் ஆல்டிப்ளானோவிலும், பொலிவியாவிலும் நடைபெற்ற நிகழ்வுகள் பிரமாதமானவை. கி.மு 1000வாக்கில் டிட்டிகாக்கா ஏரியைச் சுற்றியுள்ள பகுதியில் குறைந்தபட்சம் 2,00,000 ஏக்கர் நிலம் 'உயர்த்தப்பட்ட வயல்களை' அடிப்படையாகக் கொண்ட ஒரு வேளாண் முறைக்கு அர்ப்பணிக்கப்பட்டிருந்தது. வயல்களுக்கிடையே உள்ள கால்வாய்களிலிருந்து தோண்டி எடுக்கப்பட்ட மண்ணைக் கொண்டு

அமைக்கப்பட்ட உயரமான பயிரிடும் பரப்புகளே 'உயர்த்தப் பட்ட வயல்கள்.' 4000 மீ. உயரத்திற்கும், உள்ளூர்ச் சூழ்நிலை களுக்கும், பாரம்பரிய கிழங்கு வகைப் பயிர்களுக்கும் ஏற்ப இம்முறை மிகவும் மாற்றியமைக்கப்பட்டது. எனினும், 500 ஆண்டுகளுக்கு முன்பு இன்கா நாகரிக மக்களால் வெல்லப்பட்ட போது இம்முறை கைவிடப்பட்டது; பெரும் இயந்திரங்கள், ரசாயன உரங்கள், நீர்ப்பாசனம், இறக்குமதி செய்யப்பட்ட பயிர்கள் ஆகியவற்றைப் பயன்படுத்தும் நவீன வேளாண் முறைகள் இந்தத் தட்பவெப்பநிலையில் வியக்கத்தக்க விதத்தில் தோல்வியடைவதாக நிரூபணமாகியுள்ளது. தொல்லியலார் மரபுக் கருவிகளை மட்டுமே பயன்படுத்திப் பழங்கால உயர வயல் களில் சிலவற்றைச் சீர்திருத்தி, புதுப்பித்து, அவற்றில் உருளைக் கிழங்கையும் இதர பாரம்பரிய கிழங்குவகைப் பயிர்களையும் பயிரிட்டுள்ளனர். இவ்வயல்கள் கடும் வறட்சியாலும், உறைபனி யாலும், பெரும் வெள்ளத்தாலும் பாதிக்கப்படவில்லை. புன்செய் வேளாண்மை நடைபெறும் வயல்களில் கிடைப்பதைவிட ஏழு மடங்கு விளைச்சல் கிடைக்கிறது. தொல்லியலார் முயற்சி களின் பயனாக, தற்போது எத்தனையோ சமூகங்களும், ஆயிரக் கணக்கான மக்களும் தங்களது மூதாதையர்களின் வேளாண் முறைகளை மேற்கொண்டுள்ளனர்.

இதற்கு நேர்மாறாக, கடந்த காலத்தில் பெரிதும் மனிதர்களே காரணமாக அமைந்த சுற்றுச்சூழல் அழிவுகளையும் தொல்லியல் சுட்டிக்காட்டலாம் – பல நூற்றாண்டுகளாகக் காடுகள் தீவிரமாக அழிக்கப்பட்ட பிறகு, கி.பி.900இல் பழங்கால பைசாண்டிய நகரான பெட்ரா திடீரென்று வீழ்ச்சி அடைந்தது; அல்லது ஈஸ்டர் தீவில் இதைவிட மோசமாகக் காடுகள் சூறையாடப்பட்டது அந்தச் சிறிய தீவின் தனிச்சிறப்பான கற்காலப் பண்பாட்டை ஏறக் குறைய அழித்தது (இந்தக் கதை ஒரு ரோமியோ ஜூலியட் கதையுடன் இணைத்துக் கூறப்பட்ட 'ரபா நுய்' என்ற அண்மைக் காலத் திரைப்படமும் படுதோல்வி அடைந்தது) போன்றவை.

மற்றோர் எடுத்துக்காட்டு அமெரிக்காவின் தென்மேற்குப் பகுதியில் வாழ்ந்த அனசாஸி மக்களிடமிருந்து கிடைக்கிறது. சாக்கோ பள்ளத்தாக்கிலிருந்த இவர்களது குடியிருப்புகள் மிகவும் மேம்பட்டதாக இருந்தன; வானளாவும் கட்டிடங்கள் தோன்றும் வரை அமெரிக்காவின் மிகப் பெரிய மற்றும் உயரமான

கட்டிடங்களைக் கொண்டிருந்தன. கி.பி.பத்தாம் நூற்றாண்டில் உதயமான இக்கட்டிடங்கள் 2,00,000க்கும் மேற்பட்ட தேவதாரு மற்றும் ஊசியிலை மரங்களின் மரத்துண்டுகளைப் பயன்படுத்திக் கட்டப்பட்டன. இப்பகுதியில் பழங்காலத்தில் இருந்த மர எலி வகையின் சிறுநீர் காலப்போக்கில் குப்பை மேடுகளில் கலந்து கெட்டியாகிப் போயிருக்கும் தாவர எச்சங்களுடன் படிந்தமை உள்ளூர் தாவரங்களில் ஏற்பட்டிருக்கக் கூடிய மாற்றங்களைப் பற்றி அறிய பேருதவி புரிந்துள்ளது. கட்டுமானப் பொருள் களுக்காக மட்டுமல்ல, அதிகரித்து வரும் மக்கள் தொகையின் எரிபொருள் தேவைகளுக்கு ஈடுகொடுப்பதற்காகவும் ஈவிரக்க மற்ற முறையில் மரங்கள் வெட்டித் தள்ளப்படுவது பல நூற்றாண்டுகளாக நடந்து வந்துள்ளது என்பது தெளிவாகிறது. இதன் விளைவாகச் சுற்றுச்சூழலுக்கு ஏற்பட்ட பரவலான அழிவைச் சரிசெய்ய முடியவில்லை. இந்த இடங்கள் கைவிடப் பட்டதற்கு இது ஒரு முக்கியக் காரணம். வேறு வார்த்தைகளில் சொல்வதானால், தொல்லியலால் கடந்த காலத்திலிருந்து அழுத்தமான செய்திகளை வழங்க முடியும். ஆனால் அந்தோ, ஒரு முதுமொழி சொல்வது போல, வரலாற்றிலிருந்து நாம் எப்போதும் கற்றுக்கொள்வதில்லை என்பதே வரலாற்றிலிருந்து நாம் கற்கும் ஒரே விஷயம்.

இயல் 4
மக்கள் எவ்வாறு வாழ்ந்தனர்?

தொல்லியலில் பெரும் பகுதி 'இறந்துபோனவர்கள் மற்றும் புதைக்கப்பட்டவர்களின் வாழ்க்கை முறைகளை' ஆராய்வதற்கே அர்ப்பணிக்கப்பட்டிருக்கிறது. மக்கள் எப்படித் தோற்றமளித்தனர், அவர்கள் எவ்வளவு ஆரோக்கியமாக இருந்தார்கள், அவர்கள் என்ன சாப்பிட்டனர், எதனால் அவர்கள் இறந்தனர் என்று ஆராய முயலுகிறது. கடைசியாக உள்ள இரண்டு விஷயங்களும் ஒன்றுக்கொன்று தொடர்புடையதாக இருக்க வேண்டியதில்லை, கி.மு. இரண்டாம் நூற்றாண்டில் சீனாவில் வாழ்ந்த டாய் நகரக் கோமானின் அதிக எடையுள்ள மனைவி தர்பூசணிப் பழத்தில் (பதப்படுத்தப்பட்ட அவளது பிணத்தின் வயிற்றிலும் குடலிலும் 138 தர்பூசணி விதைகள் இருந்தன) பெரும் பகுதியை விழுங்கிய பிறகு ஏறக்குறைய ஒரு மணி நேரம் கழித்து, பித்தப்பைக் கற்களில் உண்டாகிய கடும் வலியால் மாரடைப்பு ஏற்பட்டு இறந்துவிட்டதாகத் தோன்றியபோதும். இப்பெண் மணிக்கு உணவு முக்கியமானதாக இருந்திருப்பதாகத் தோன்றுகிறது, ஏனெனில் இவளது கல்லறையில் பல உணவுப் பண்டங்கள் தயாரிக்கப்பட்டுப் பாத்திரங்களில் வைக்கப்பட்டிருந்தன. இந்தப் பாத்திரங்களில் பெயர்விவரச் சீட்டுகளும், உணவுப் பண்டங்களில் அடங்கியுள்ள பொருள்களின் விவரங்களைக் குறிப்பிடும் சீட்டுகளும் இணைக்கப்பட்டிருந்தன: ஒரு வகையான சீன ஈமக் கொண்டுசெல் உணவு!

பிழைப்பு வழிதான்-இரை தேடுதல்-மனித வாழ்க்கையின் மிக அடிப்படைத் தேவை. மக்கள் என்ன சாப்பிட்டனர் என்பதற்கான சான்றுகளை ஆராய தொல்லியல் பல வழிமுறைகளை உருவாக்கி

இருக்கிறது. இச்சான்றுகளில் மிகப் பெரும்பான்மையானவை மனிதர்கள் குடியிருந்த ஓர் இடத்தில் காணப்படக்கூடிய விலங்கு எச்சங்கள் மற்றும் தாவர எச்சங்களின் வடிவம் கொள்கின்றன. இவை முறையே விலங்குத் தொல்லியலாராலும் தொல் தாவர வியலாராலும் ஆராயப்படுகின்றன. உண்மையில் சில நேரங் களில் இவை உட்கொள்ளப்பட்ட உணவின் மிச்சங்களே – ஆனால் அனைத்து எச்சங்களும் அப்படிப்பட்டதாக இருக்க வேண்டியுதில்லை. எடுத்துக்காட்டாக, தாவரங்கள் மூலப் பொருள்கள் முதல் மருந்துகள் வரை இதர பல நோக்கங்களுக்குப் பயன்படுத்தப்படலாம்; விலங்குகள் எலும்பு, மான்கொம்பு, கொம்பு, தந்தம், கொழுப்பு, தசைநாண், தோல், ரோமம் போன்ற பயனுடைய பொருள்களை அளிக்கின்றன; பறவைகள் எலும்பு களையும் இறகுகளையும் வழங்குகின்றன. மேலும், பல உயிரின எச்சங்கள், குறிப்பாக விலங்குகள் மற்றும் பறவைகளின் எச்சங்கள் அந்த இடத்திற்குப் பிற வேட்டையாடும் விலங்குகளால் கொண்டு வரப்பட்டிருக்கலாம், அல்லது அவை செல்லப் பிராணிகளாக இருக்கலாம் (எனினும் கடந்த காலத்தில் சில பண்பாடுகளில் நாய்களும், சீமைப் பெருச்சாளிகளும் உணவாக உட்கொள்ளப் பட்டன, தற்காலத்திலும் உலகின் சில பகுதிகளில் உண்ணப் படுகின்றன.)

ஒரு தாவரமோ அல்லது விலங்கோ நிஜமாகவே உண்ணப் பட்டதற்கு மறுக்கமுடியாத ஒரே சான்று அது ஒரு மனித வயிற்றில் அல்லது புதைபடிவச் சாணியில் (புதைபடிவ விட்டை) இருப்பது தான். ஆனால் அத்தகைய கண்டுபிடிப்புகள் அபூர்வமானவை என்பதால், அவை உண்ணப்பட்டன என்றே நாம் கற்பிதம் செய்துகொள்ள வேண்டியிருக்கிறது; அடுப்பில் கருகிப்போன தானியம், வெட்டப்பட்ட அல்லது எரிக்கப்பட்ட எலும்புகள், அல்லது ஒரு பாத்திரத்திலுள்ள மிச்சங்கள் போன்ற கண்டுபிடிப்பு களின் பின்னணியிலிருந்து அல்லது சூழ்நிலையிலிருந்து நாம் இந்த அனுமானத்தைச் செய்ய வேண்டியிருக்கிறது. எடுத்துக் காட்டாக, கலைமான் எலும்புகள் ஏராளமாகக் காணப்படும் ஒரு பழங்கற்கால இடத்தில் குடியிருந்தவர்கள் சைவ உணவு உண்பவர்கள், ஆனால் கலைமான்களை வெறுத்தார்கள் என்பது இயல்புக்கு மாறானது. ஆனால் கோட்பாட்டளவில் எப்போதும் சாத்தியமானதே!

எச்சங்கள் உணவினுடையதே என்று நம்பத்தக்க விதத்தில் கற்பிதம் செய்தாலும், மேற்கொண்டு சில சவால்களையும் எதிர்கொள்ள வேண்டியிருக்கிறது. எடுத்துக்காட்டாக, வெவ்வேறு உணவுகளின் ஒப்பீட்டு முக்கியத்துவத்தைக் கண்டறிய நாம் முயல வேண்டும்; பொதுவாக, தாவரங்கள் அதிகமாகக் குறிப்பிடப் படுவதில்லை. ஏனெனில் அவற்றின் எச்சங்கள் முற்றிலும் இல்லாமல் போகாவிட்டாலும் பல நேரங்களில் சரிவரப் பாதுகாக்கப்படுவதில்லை. மீன் எலும்புகள் விஷயத்திலும் இதே நிலைமைதான். கிடைத்துள்ள உணவு எச்சங்கள் எதுவாயினும், அவை காட்டுவிலங்குகளா அல்லது வீட்டுவிலங்குகளா என்றும் அவை அங்கு குடியிருந்தவர்களின் வழக்கமான உணவை உண்மையிலேயே பிரதிநிதித்துவப்படுத்துகின்றனவா என்றும் முடிவு செய்ய வேண்டும். இதற்கு அந்த இடத்தின் செயல் பாட்டையும், அதில் மக்கள் குடியிருந்த கால அளவையும் (குறுகிய அல்லது நீண்ட காலம்) மதிப்பிட வேண்டியிருக்கும். எப்போதாவதுதான் குடியிருந்தார்களா, குறிப்பிட்ட பருவத்தில் தான் குடியிருந்தார்களா, அல்லது நிரந்தரமாகக் குடியிருந்தார் களா என்பதையும் நாம் முடிவு செய்ய வேண்டியிருக்கும் – ஒரு கொலைக் களத்தை அல்லது சிறப்பு முகாமைவிட நீண்ட காலக் குடியிருப்பே எடுத்துக்காட்டாகக் கொள்ளத்தக்க உணவு எச்சங்களை அளிக்கக்கூடியது.

அண்மைக்காலத்தில், கருவிகளின் மீதும், பாத்திரங்களின் உட்புறத்திலும் படிந்திருக்கக்கூடிய உணவு எச்சங்களைக் கண்டு பிடிக்கக்கூடிய, பல நேரங்களில் அடையாளம் காணக்கூடிய அதிநுட்பமான புதிய முறைகள் உருவாக்கப்பட்டுள்ளன. எடுத்துக் காட்டாக, மெலனேஷியாவிலுள்ள சாலமன் தீவுகளில் 28,700 ஆண்டுகளுக்கு முற்பட்ட கற்கருவிகளில் மாவுப் பொருளின் எச்சங்கள் கண்டுபிடிக்கப்பட்டுள்ளன. இவை கிழங்கு வகைக் காய்கறிகள் (சேம்பு வகைக் கிழங்கு) உணவாக உட்கொள்ளப்பட்ட தற்கு உலகின் மிகப் பழமையான சான்றுகளாக அமைகின்றன. ஆம்போரா ஜாடிகளில் (ரோமானிய காலகட்டத்தைச் சேர்ந்த மிகப்பெரிய சேமிப்பு ஜாடிகள்) படிந்துள்ள எச்சங்கள் பற்றிய வேதியியல் ஆய்வு, ஏற்கெனவே கருதப்பட்டு வந்ததைப் போல, பல ஜாடிகள் மதுவையும் ஆலிவ் எண்ணெய்யையும்தான் கொண்டிருந்தன, ஆனால் சில ஜாடிகள் கோதுமை மாவைக்

கொண்டிருந்தன என்று நிரூபித்துள்ளது. மதுவுக்கான பழங் காலச் சான்றுகள் – ஒரு தொல்லியலாளரின் இதயத்திற்கு மிக நெருக்கமான ஒரு விஷயம் – ஈரானில் ஹஜ்ஜி ஃபிரூஸ் தேபுவி லுள்ள, கி.மு. 5400-5000 காலகட்டத்தைச் சேர்ந்த புதிய கற்கால இடத்திலிருந்து கிடைத்த ஒரு மண் ஜாடியினுள் படிந்திருந்த மஞ்சள் நிற எச்சத்தை ஆய்வு செய்ததில் வெளிப்பட்டுள்ளன. அப்படிவு ஏறக்குறைய திராட்சைகளில் மட்டுமே இயற்கையாகக் காணப்படும் புளியக அமிலம் என்று அடையாளம் காணப் பட்டுள்ளது. எனவே இது உலகின் மிகப் பழமையான பிசினூட்டப் பட்ட மதுவிற்கான சான்றாக, முன்பு கருதியிருந்ததைவிட 2000 ஆண்டுகள் முற்பட்டதாக எடுத்துக்கொள்ளப்பட்டுள்ளது. மேற்கு ஈரானில் ஏறக்குறைய கி.மு. 3500ஐச் சேர்ந்த கோடின் தேப் என்ற இடத்தில் கிடைத்த 30 லிட்டர் சுமேரிய ஜாடியும் மதுவைக் கொண்டிருந்தது. அதே இடத்தில் கிடைத்த மட்பாண்ட உடைசல் களோ 'பார்லி பியர்' தயாரிப்புக்குரிய தடயங்களைத் தாங்கி யிருந்தன. எனவே மகிழ்ச்சியாக இருப்பது எப்படி என்று பழங்கால ஈரானியர்களுக்கு நிச்சயமாகத் தெரிந்திருந்தது – ஈரானியர்கள் மட்டுமல்ல: ஏறக்குறைய கி.மு. 3150ஐச் சேர்ந்த அபிடோஸ் என்ற இடத்தில் உள்ள, எகிப்தின் முதல் அரசர்களில் ஒருவரின் கல்லறை 700 ஜாடிகளை அடுக்கி வைத்துள்ள மூன்று அறைகளைக் கொண்டிருந்ததாகக் கண்டுபிடிக்கப்பட்டது; அந்த ஜாடிகளில் எஞ்சியிருந்த மஞ்சள் பொருக்குகளை வேதியியல் ஆய்வு செய்ததில் அவை மதுவைக் கொண்டிருந்ததாக உறுதி செய்யப்பட்டது – ஒட்டுமொத்தமாக 1200 காலன் கொள்ளளவு!

சைப்ரஸில் கிடைத்த 3500 ஆண்டுகள் பழமையான குடுவை யில் அபினிப் படிவுகளையும் வேதியியலார் கண்டறிந்துள்ளனர். இதனால் சில அறிஞர்கள் இக்காலகட்டத்தில் கிழக்கு மத்திய தரைக்கடல் பகுதியில் போதைப் பொருள் வணிகம் நடந்துள்ளது என்ற முடிவுக்கு வந்துள்ளனர். மற்றொருபுறம், பிரிட்டனில் பழங்கால மட்பாண்டங்கள் முட்டைக்கோஸின் எச்சங்கள் போன்ற அவ்வளவாகப் போதையூட்டாத பொருள்களைக் கொண்டிருந்த தாகத் தோன்றுகின்றன.

விலங்கு எச்சங்களைப் பொருத்தவரையில், உண்மையில் இருந்திருக்கக்கூடியவற்றில் ஒரு சிறு அளவையே அவை பிரதி நிதித்துவப்படுத்தலாம்: எலும்புகள் சம்பந்தப்பட்ட இடத்தி

லிருந்து எடுத்துச்செல்லப்பட்டு, கருவிகளுக்குப் பயன்படுத்தப் படலாம், கொதிசாறில் இட்டுக் கொதிக்க வைக்கப்படலாம் அல்லது நாய்களாலோ பன்றிகளாலோ தின்னப்படலாம். முட்டைப்புழுக்கள் அல்லது ரத்தம் போன்ற, முக்கியமானதாக இருந்திருக்கக்கூடிய இதர உணவுகள் எந்தச் சுவடையும் விட்டுச் செல்வதில்லை; பொதுவாக உணவில் தாவர உண்ணிகளும் மீனுமே அடங்கியிருந்ததாக நாம் கருதினாலும், சில நாகரிகங் களைச் சேர்ந்த மக்கள் பூச்சிகளையும் உண்டிருக்கலாம் – 6200 ஆண்டுகளுக்கு முற்பட்ட அல்ஜீரியப் பாறை உறைவிடத்தி லிருந்த ஒரு விசேஷ அடுப்பில் வெட்டுக்கிளிகள் காணப்பட்டன.

இன்னமும் பிரச்சினைக்குரியதாக உள்ள ஒரு விஷயம். நரமாமிசம் உண்ணும் பழக்கம் – கடந்த காலத்தில் இப்பழக்கம் இருந்தது என்று நிரூபிக்க ஒரே வழி, ஒரு மனிதக் குடலிலோ அல்லது புதைபடிவச் சாணியிலோ ஒரு துண்டு மனிதத் திசுவைக் கண்டுபிடிப்பதுதான். இவ்வாய்வை இதுவரை யாரும் செய்ய வில்லை. நரமாமிசம் உண்ணும் பழக்கம் தொடர்பான தொல்லியல் சான்றுகளும் மானிடவியல் சான்றுகளும் அண்மைக்காலத்தில் மறுமதிப்பீடு செய்யப்பட்டதில், நர மாமிசம் என்பது வன்முறை அல்லது சிக்கலான ஈமச்சடங்குகள் போன்ற இதர விளக்கங்களுக்கும் ஏற்றதாக இருப்பது தெரிய வந்துள்ளது; ஆனால் சில அறிஞர்கள் அக்கு அக்காகப் பிரிக்கப்பட்ட, படுகாய முற்ற, அல்லது வெட்டுக்காயங்கள் கொண்ட எலும்புகளை – எடுத்துக்காட்டாக, அமெரிக்காவின் தென்மேற்குப் பகுதியில் உள்ள, ஏறக்குறைய கி.பி. 1100ஆம் ஆண்டைச் சேர்ந்த சில அனசாஸி பகுதிகளில் கிடைத்தவை – நரமாமிசப் பழக்கத்திற் கான சான்றாக விளக்கம் தருவதில் பிடிவாதம் காட்டுகின்றனர். அவர்களின் வாதம் சரியானதாக இருக்கலாம், ஆனால் அது சரிதானா என்று அறிந்துகொள்வதற்கு நம்மிடம் வழிமுறை ஏதும் இல்லை; தொல்லியலில் உள்ள எத்தனையோ விஷயங்களைப் போல இதுவும் நம்பிக்கை மற்றும் தனிப்பட்ட விருப்பத்தைப் பொருத்த ஒன்றே. உயிர்வாழ்வதற்காகப் போராடிக்கொண்டி ருக்கும் மக்கள் மத்தியிலும் (எடுத்துக்காட்டாக, ஆண்டிஸ் மலைத்தொடரில் விமானம் விழுந்து நொறுங்கியபோது, அல்லது நாஜிகளின் சித்திரவதை முகாம்களில்), நோய்வாய்ப்பட்ட மனநோயாளிகள் மத்தியிலும் நிச்சயமாக நரமாமிசப் பழக்கம்

'பாபிலோனிய மாட்டிறைச்சி உணவு...
ஒரு பாளத்தை 2 அரைக்கால் காலன்கள்...இல் கரைக்கவும்'

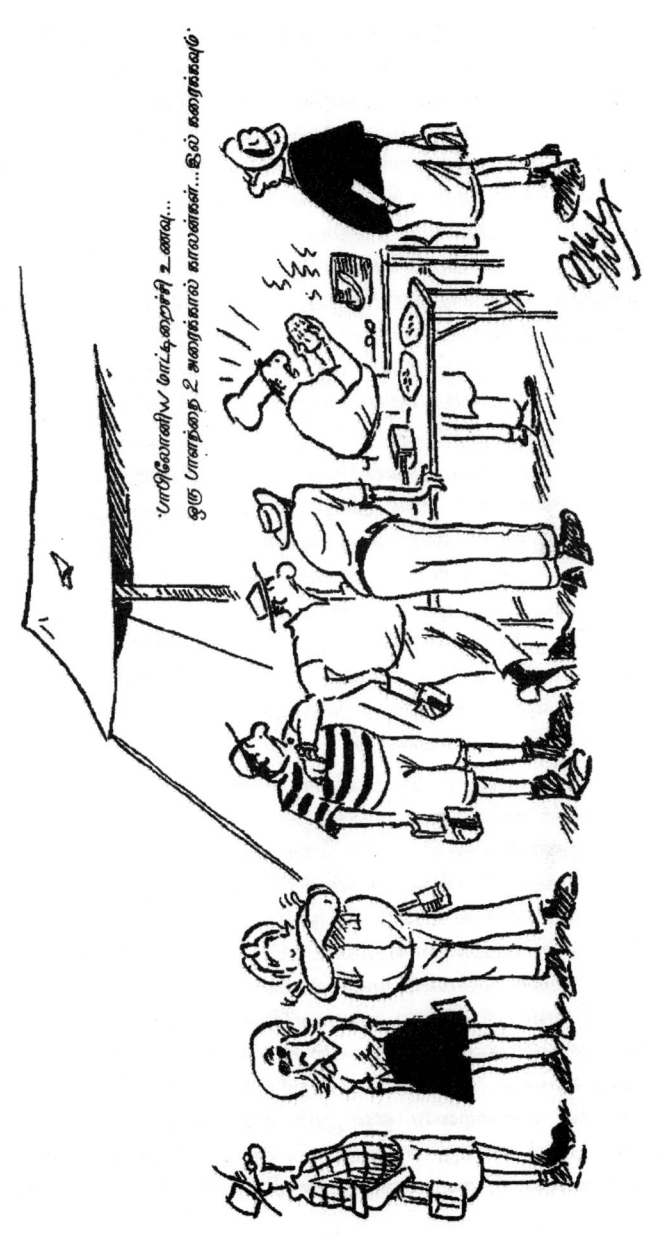

தோன்றலாம் என்பதை அண்மைக்கால சம்பவங்களிலிருந்து நாம் மிக நன்றாகவே அறிவோம்; ஆனால் ஒரு பழக்கமாகவோ அல்லது வாழ்க்கையின் ஒரு பகுதியாக இருக்கும் சடங்காகவோ 'நரமாமிசம் உண்ணும் மரபு' இருக்கிறதா என்பது கடந்த சில ஆண்டுகளாக பலத்த கேள்விக்குள்ளாகியிருக்கிறது: வரலாற்றுக் காலகட்டங்களில் நரமாமிசப் பழக்கம் நிலவியதற்குச் செவிவழிச் செய்தி அல்லது பிரச்சாரத்தின் அடிப்படையில் அல்லாமல் நேரடியாகக் கண்டதன் அடிப்படையில் அமைந்த, நன்கு ஆவணப் படுத்தப்பட்ட சான்றுகள் கிடைப்பது மிகமிக அரிது. எனவே, தொல்பழங்காலத்தை விட்டுத் தள்ளுங்கள், தொல்வரலாற்றுக் காலத்தில்கூட இப்பழக்கம் எந்த அளவுக்குப் பரவலாக இருந்திருக்கும் என்று மதிப்பிடுவது மிகவும் கடினம்.

தாவரங்களைப் போலவே விலங்கு எச்சங்களும் பெரிதும் தகவல் தெரிவிப்பவையாக வந்தமைகின்றன. எனினும் ரத்தக்கறை படிந்த கற்கருவிகள் என்ற விஷயம் பற்றிய சர்ச்சை இன்னமும் இருந்துவருகிறது. ஏனெனில் ஆயிரக்கணக்கான ஆண்டுகள் பழமையான பயன்பாட்டுப் பொருள்களில் ரத்தக்கறைகள் நீடித்திருக்க முடியும், அவை எந்த உயிரினத்தினுடையது என்று கண்டறிய முடியும் என்ற கூற்றுகளுக்கு மறுப்புகள் எழுந்துள்ளன. பாத்திரங்களில் உள்ள எச்சங்கள் பற்றிய வேதியியல் ஆய்வு அவை பால், உறைபாலேடு, கொழுப்பு போன்ற பொருள்கள் என்று வெளிப்படுத்தியுள்ளது.

தாவர உணவுகளும், விலங்கு உணவுகளும் கலையிலும் இலக்கியத்திலும்கூட நன்கு சித்திரிக்கப்பட்டுள்ளன – எகிப்தியக் கல்லறைகளிலிருந்து கிடைத்த, ரொட்டியை வேக வைப்பதையும் மது காய்ச்சுவதையும் சித்திரிக்கும் மரப்பொம்மைகள்; ரோமானியப் படையின் உணவை விவரிக்கிற நூல்கள், தொழிலாளர்களுக்குப் படியாகத் தானியங்கள் வழங்கப்பட்டதைப் பற்றிய எகிப்திய சித்திரஎழுத்து நூல்கள், அல்லது உலகின் மிகப் பழமையான சமையல்நூல்; பல்வேறு வகையான இறைச்சி உணவுகள் தயாரிப்பதற்கான முப்பத்தைந்து சமையல் குறிப்புகளைக் கொண்ட, 3750 ஆண்டுகளுக்கு முற்பட்ட மூன்று பாபிலோனியக் களிமண் பாளங்கள் போன்றவை. எனினும், கலையிலும், நூல்களிலும் காணப்படும் சான்று எந்த அளவு முழுமையானது என்பது முக்கியமல்ல, இவை பிழைப்பு வழி பற்றி ஒரு மிகக் குறுகிய

காலக் காட்சியையே அளிக்கின்றன. இதைவிடவும் மிகக் குறுகிய காலக் காட்சிகள் அவ்வப்போது கண்டுபிடிக்கப்பட்ட நிஜ உணவுகளிலிருந்து கிடைக்கின்றன–எடுத்துக்காட்டாக கி.பி 79ஆம் ஆண்டில் எரிமலை வெடிப்பால் புதையுண்டுபோன ரோமானிய நகரமான பாம்பீயில் மேஜைகள் மீது மீன்களும், முட்டைகளும், ரொட்டியும், பருப்புகளும் அடங்கிய உணவு களும், அதேபோல கடைகளில் உணவுப் பொருள்களும் இருந்த நிலை மாறாமல் மண் அகற்றி வெளிப்படுத்தப்பட்டுள்ளன – ஆனால் இவை ஒரு நாளிலிருந்து கிடைத்த மிகச்சிறிய மாதிரிகளே. பத்திரப்படுத்தப்பட்ட உடல்களின் உணவுப் பாதைகளிலிருந்து அல்லது மனித மலக்கட்டிகளிலிருந்து (பலமான வயிறுகளைக் கொண்ட உறுதியான ஆத்மாக்களால்) மீட்கப்பட்ட தடயங்கள் விஷயத்திலும் இது உண்மையே. டென்மார்க்கின் இரும்புக் காலத்தின் சதுப்புநில உடல், டாலண்ட் மனிதன், இறப்புக்கு முன் புல்லரிசிக் கஞ்சி அருந்தியதாகக் கண்டறியப்பட்டுள்ளது (பரீட்சார்த்த தொல்லியலில் ஒரு முன்னோடியாக அமையத்தக்க விதத்தில், சர் மார்டிமர் வீலர் இக்கலவையை மீட்டுருவாக்கி அதை அருந்தியபோது அது அருவருப்பூட்டும் சுவைகொண்ட கஞ்சியாக இருப்பதைக் கண்டறிந்தார்), பிரிட்டனின் லிண்டோ மனிதனோ ஒருவகை கடின ரொட்டியான இருப்புக்கல் கேக்கைச் சாப்பிட்டிருந்தான். நெவாடா மாகாணத்தில் லவ்லாக் குகையில் கிடைத்த, 2500 முதல் 150ஆண்டுகளுக்கு முற்பட்ட புதைபடிவச் சாணிகளை ஆய்வு செய்தபோது அவற்றில் விதைகள், பறவை இறகுகளின் துண்டுகள், மீன் செதிள்கள் இருப்பது தெரிய வந்தது: 1000 ஆண்டுகளுக்கு முற்பட்ட ஒரு புதைபடிவச் சாணி 101 சிறிய ஆற்று மீன்களின் எலும்புகளைக் கொண்டிருந்தது. அவற்றின் மொத்த எடை 208 கிராம் (7.3 அவுன்ஸ்) – ஒரு நபரின் உணவில் இருக்கக் கூடிய மீனின் அளவு.

உணவெல்லாம் சரிதான், ஆனால் தொல்லியல் எப்போதும் ஒரு நீண்ட கால நோக்கையே (மொத்தத்தில் அதன் சிறப்பே இதுதான்) விரும்புகிறது. அதற்கு உணவுமுறையைப் பற்றிய ஒரு மதிப்பீடு தேவைப்படுகிறது. இதற்கான ஓர் அணுகுமுறை, காலத்தினூடாக – ஓர் இடத்தில் அடுத்தடுத்து அமைந்துள்ள மண்ணடுக்குகளில் – திரண்டிருக்கும் உணவு எச்சங்களை ஆய்வு செய்வதே, ஆனால் உணவு முறையைப் பற்றித் தெரிந்துகொள்ள

இப்படிப்பட்ட கோலத்தில்தான்
ஊர்சுத்த விரும்பறேன்!

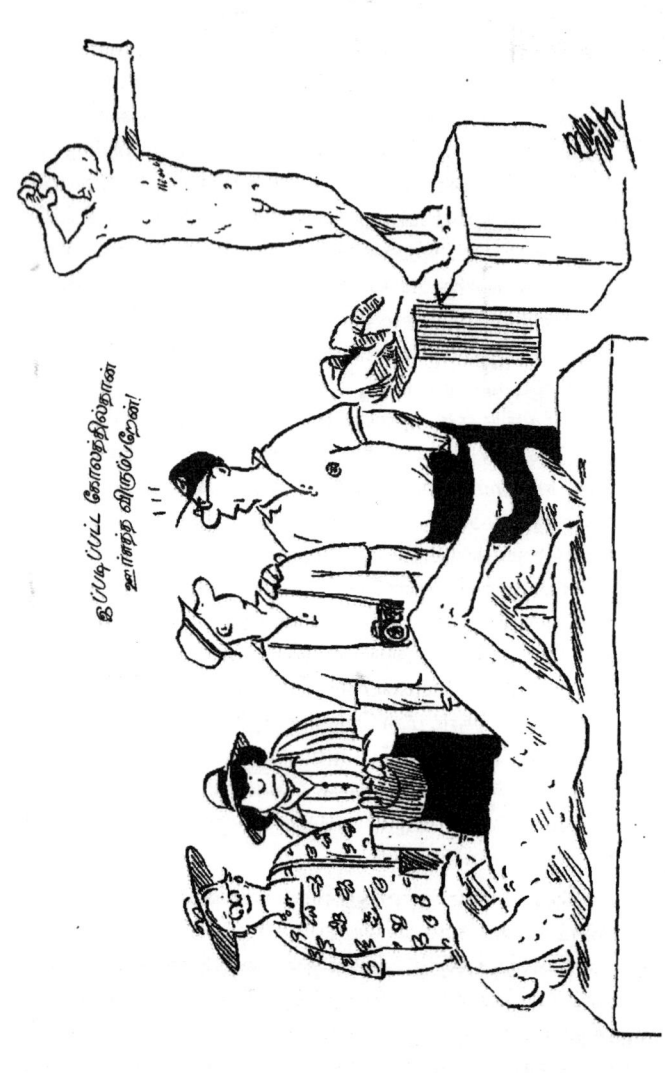

இதைவிடவும் நேரடியான வழிமுறைகளும் உள்ளன: பல் தேய்மானம் மற்றும் எலும்பு வேதியியல் தொடர்பானவை. ஏனெனில் 'நாம் எதை உண்கிறோமோ அதுதான் நாம்': பற்களை உணவுமுறை முழுவதுமாகப் பாதிக்கிறது – ஆம், உங்கள் அம்மா சொன்னது சரிதான் – எலும்புகளில் தனிச்சிறப்பான வேதியியல் கையெழுத்துகளையும் விட்டுச்செல்கிறது.

பற்கள் உடலிலுள்ள மிகக் கடினமான இரு திசுக்களால் அமைந்துள்ளன, எனவே அவை பொதுவாக நல்ல நிலைமையில் நீடித்திருக்கின்றன. அவற்றின் மேற்பரப்புகளை நுண்ணோக்கி கொண்டு ஆராய்ந்ததில் உணவிலுள்ள இறைச்சி அல்லது காய்கறி களுடன் தொடர்புபடுத்தக்கூடிய உராய்வுகளும் கீறல்களும் வெளிப்பட்டுள்ளன. கருவிகளில் உள்ள மிகச் சிறிய தேய்மானம் பற்றி ஆய்வுகளைப் (இயல் 3) போலவே, இன்றைய மாதிரிகளி லிருந்தும் – பரீட்சார்த்தப் பிரதிகளல்ல, இறைச்சி உண்ணும் எஸ்கிமோக்கள் அல்லது காய்கறி உணவு உண்ணும் மெலனே ஷியர்கள் – போன்ற தற்போது வாழ்ந்துகொண்டிருக்கும் மக்கள் – வெவ்வேறு உணவு முறைகள் எவ்விதமான தடயங்களை விட்டுச் சென்றிருக்கின்றனர் என்று அறிந்துகொள்கிறோம். எனவே தொல்லியல் எடுத்துக்காட்டுகளை இவற்றுடன் ஓரளவு நம்பிக்கை யுடன் ஒப்பிடலாம். இவ்விதமாக, புதைபடிவ மனிதர்கள் காலம் செல்லச் செல்ல குறைவான இறைச்சியே உண்டிருப்பதாகவும், ஒரு கலப்பு உணவுமுறையை மேற்கொண்டதாகவும் தோன்று வதாகக் கண்டறியப்பட்டுள்ளது. பற்சிதைவு, மாவுச் சத்து மற்றும் சர்க்கரை அடங்கிய உணவுகளையே சார்ந்திருந்ததைச் சுட்டிக் காட்டி தகவல் அளிப்பதாகவும் இருக்கலாம்.

எனினும், மனித எலும்புப் புரதம் பற்றிய வேதியியல் ஆய்வு நெடுங்கால உணவுமுறை பற்றி அதிக அளவில் தெரியப்படுத் தலாம் என்று உணர்ந்துகொண்டதன் மூலமாகவே திடீரென மிகப் பெரிய முன்னேற்றம் ஏற்பட்டிருக்கிறது. வெவ்வேறு வகையான தாவரங்கள் கரிமம், அல்லது நைட்ரஜனின் சில குறிப்பிட்ட ஓரகத் தனிமங்களை (ஐசடோப்புகள்) வெவ்வேறு விகிதங்களில் கொண்டிருக்கின்றன. தாவரங்கள் விலங்குகளால் உண்ணப் படுவதால் இவ்விகிதங்கள் விலங்கு மற்றும் மனித எலும்புத் திசுக்களில் நிலைபெற்றுவிடுகின்றன. எனவே புரதம் பற்றிய ஆய்வு, உணவு முறையில் விஞ்சியிருப்பது கடல் தாவரங்களா

செஷயரில் லிண்டோ பகுதியில் புல்கரிச் சேற்றில் புதையுண்ட மனிதனின் பதப்படுத்தப் பட்ட உடல்

மற்றும் நிலத் தாவரங்களா என்றும், எனவே பிறவகை நில அல்லது கடல் வளங்களா என்றும் காட்டலாம். வெவ்வேறு காலகட்டங்களைச் சேர்ந்த மனித எலும்புகள் கிடைக்குமானால், காலத்தினூடாக ஏற்பட்ட மாற்றத்தைக் கண்டறிவதற்கு இந்த வழிமுறை பயனுடையது. எடுத்துக்காட்டாக, வெனிசுலாவின் ஓரிநோகோ ஆற்றுப் படுகையிலிருந்து கிடைத்த எலும்புகள், கி.மு 800ல் ஒரு வகைத் தாவரம் (மாவு உள்பட) அதிகமாகக் காணப்பட்ட உணவு முறை, கி.பி 400ஆம் ஆண்டுவாக்கில் சோளம் போன்ற தாவரங்களின் அடிப்படையில் அமைந்த ஒரு திடீர் மாற்றத்தை வெளிப்படுத்தியுள்ளன.

மனித எச்சங்களை ஆய்வு செய்தல் என்ற விஷயம் ஒட்டு மொத்தமாகவே, பேய், பிசாசு போன்றவற்றையும், பயமுறுத்தும் விஷயங்களையும் போற்றுகிற பொதுமக்கள் மத்தியில் பெரிதும் புகழ்பெற்று விளங்குகிறது: அருங்காட்சியகங்களில் எப்போதும் பதப்படுத்தப்பட்ட பிணங்கள் பெரும் வரவேற்பைப் பெறு கின்றன. எனினும் தொல்லியல் பற்றிய அறிமுகப் புத்தகங்கள் மக்களைப் பற்றி பொதுவாகக் குறைவாகவே சொல்கின்றன

அல்லது எதுவும் சொல்வதில்லை. அதற்குப் பதிலாக அவர்களின் கருவிகள், இருப்பிடங்கள், கலை, நடத்தை பற்றியே கவனம் செலுத்துகின்றன. இது இயல்புக்கு மாறான ஒரு மனப் பான்மை: எல்லாவற்றுக்கும் மேலாக, தொல்லியல் சான்றுகளை உற்பத்தி செய்தவர்களின் வாழ்க்கையை மீட்டுருவாக்குவதுதான் தொல்லியலின் நோக்கம் என்றால், நாம் மீட்டுருவாக்க முயலும் நாடகத்தின் நடிகர்கள் விட்டுச்சென்ற எச்சங்களைவிடவும் நேரடிச் சான்று வேறு என்னவாக இருக்க முடியும்?

எனினும் இச்சான்றுகளைத் தொல்லியலார்தான் அகழ்ந் தெடுத்தார்கள் என்றாலும் பொதுவாக உடற்கூற்று மானிட வியலார் ஆய்வு செய்வதற்காக இவை விட்டுவிடப்படுகின்றன. ஆனால் யார் ஆய்வு செய்தாலும், கிடைக்கப்பெறும் தரவுகள் தலைசிறந்த முக்கியத்துவம் உடையன. மனித எச்சங்கள் இறந்தவர்களின் வயது மற்றும் பால், அவர்களின் தோற்றம், அவர்களது ஆரோக்கிய நிலை, சில நேரங்களில் அவர்களது இறப்பிற்கான காரணம், சிலர் விஷயத்தில் அவர்களது குடும்ப உறவுமுறைகளையும்கூட காட்டலாம். தற்காலத்தில் எலும்பு களைப் பெரிதும் சார்ந்திருக்கும் நிலையை எதிர்காலத்தில், உயிர் வேதியியலும் மரபியலும் பெரிய அளவில் மாற்றி அமைக்கும்.

கிடைத்திருக்கும் மனித எச்சங்களில் பெரும்பாலானவை எலும்புக்கூடுகள் சார்ந்தவை அல்லது பிணம் எரிக்கப்பட்டதன் மூலம் கிடைத்தவை. ஆனால் நன்கு பாதுகாக்கப்பட்ட, உலர் பதனம் செய்யப்பட்ட, உறைந்த, நீரூறிய அல்லது அவசிய மென்றே பாடம் செய்யப்பட்ட, ஏறக்குறைய அப்படியே இருக்கும் எண்ணற்ற உடல்களும் நம்மிடம் இருக்கின்றன. இவற்றைப் பரந்த தொடர் சோதனைகளுக்கு – குற்ற ஆய்வில் பயன்படுத்தப் படும் அறிவியல் சோதனைகள், கணினி அலகீடுகள், ஒவ்வொரு துவாரத்திலும் நுழைக்கப்பட்ட எண்டாஸ்கோப் கருவிகள் – உட்படுத்தலாம்.

உடல்கள் காணாமல் போயிருந்தாலும்கூட, அவற்றின் சுவடுகளைக் கண்டறியலாம். இதற்கு மிகவும் புகழ்பெற்ற உதாரணங்கள் தங்களை மூடியிருந்த கெட்டியான எரிமலைச் சாம்பல் உறைக்குள் பாம்பீயின் மக்கள் சிதைந்தபோது அவர்கள் விட்டுச்சென்ற குழிவுகளே; இக்குழிவுகளில் களிக்கல் தூள்

(பிளாஸ்டர்) கொட்டப்படுவதால் கிடைக்கும் வார்ப்புருக்கள் உடல் தோற்றத்தையும், சிகையலங்காரத்தையும், உடையை யும், தோற்ற அமைவையும், இறக்கும் தருணத்தில் இருந்த முகபாவத்தையும்கூட வெளிப்படுத்துகின்றன (நகரத்தின் சிறைச்சாலை பல கொடிய குற்றவாளிகளின் எச்சங்களைக் கொண்டிருப்பதாக ஒரு வதந்தி உள்ளது). எண்ணற்ற காலடிச் சுவடுகளும், கைச்சுவடுகளும், வண்ணம் தீட்டிய கை பதிவு களும்கூட தொல்லியல் சான்றுகளில் உள்ளன.

மறைந்துபோன ஆனால் கண்டுபிடிக்கக்கூடிய எச்சங்களில் குறிப்பிடத்தக்க வகையில் கருத்தைக் கவரும் ஓர் எடுத்துக் காட்டு, கி.பி. பதினாறாம் நூற்றாண்டு முதல் பத்தொன்பதாம் நூற்றாண்டு வரையிலான காலத்தைச் சேர்ந்ததாகக் கணிக்கப் பட்டுள்ள ஜெர்மன் நாட்டு வீடுகளின் நிலவறைகளில் புதை யுண்டிருந்த எண்ணற்ற குறைபடாத ஆனால் முழுவதும் காலி யான மட்பாண்டங்கள் தொடர்பானது. அவற்றின் உள்படிவுகளை வேதியியல் பரிசோதனைகள் செய்ததில் அவற்றில் கொழுப்புச் சத்தும் (இது மனித அல்லது விலங்குத் திசுவைச் சுட்டிக் காட்டுகிறது), பெண்களின் பாலுணர்வைத் தூண்டும் சுரப்பி நீரும் இருப்பது தெரிய வந்துள்ளது. எனவே இந்த மட்பாண்டங்கள் மனித நஞ்சுக்கொடியை (பேறுகால இளங்கொடி) புதைப் பதற்குப் பயன்படுத்தப்பட்டன என்பது ஏறக்குறைய நிச்சய மாகிறது – உள்ளூர் வழக்காற்றின்படி, குழந்தைகளின் ஆரோக்கிய மான வளர்ச்சியை உறுதிசெய்வதற்காக இவ்வாறு செய்யப் படுகிறது.

உடல்நலத்தைப் பொருத்தவரையில், மனித எச்சங்கள் தகவல் சுரங்கமாக இருக்க முடியும். எடுத்துக்காட்டாக, மீண்டும் மீண்டும் நிகழக்கூடிய சுளுக்கு எவ்விதத்திலும் ஒரு புதிய நிகழ்வல்ல. பழங்கால எலும்புக்கூடுகளிலிருந்து கிடைத்த பல்வேறு எலும்புகளின் தட்டையான பகுதிகளை, குனிவதால், சுமை தூக்குவதால், அல்லது தானியம் அரைப்பதால் ஏற்படும் அழுத்தங்களால் ஏற்படுகின்றன எனத் தொடர்புபடுத்தலாம். மரணத்தை ஏற்படுத்தும் பெரும்பாலான வலிகள் எலும்பில் எந்த தடயத்தையும் விட்டுச்செல்வதில்லை. ஆனால் தொல் நோயியலிலிருந்து (தொன்மை நோய்களைப் பற்றிய ஆய்வு) தப்பிப் பிழைத்திருக்கும் மென்மையான திசு பல விஷயங்களைத்

தெரியப்படுத்தலாம். ஏறக்குறைய எகிப்திய பதப்படுத்தப்பட்ட பிணங்கள் அனைத்தும் அமீபா சீதபேதியையும் ஒட்டுயிர்ப் புழுவையும் ஏற்படுத்தக்கூடிய ஒட்டுண்ணிகளைக் கொண்டிருந்தன. அமெரிக்காவிலுள்ள பதனம் செய்யப்பட்ட பிணங்கள் சாட்டைப் புழுக்கள் மற்றும் உருண்டைப் புழுக்களின் முட்டைகளைக் கொண்டிருந்தன. புதைபடிவ மனித மலங்களிலும் இடைக்கால எருக்கிடங்குகளிலும்கூட ஒட்டுண்ணிகள் கண்டு பிடிக்கப்பட்டுள்ளன.

விழிப்பாக இல்லாத தொல்லியலாருக்கு மென்மையான மனிதத் திசுக்களைக் கையாள்வதில் இடர்கள்கூட ஏற்படலாம் – சிரங்கும் நோய்க்கிருமிகளும் தப்பிப் பிழைத்திருக்கலாம், நுண்ணுயிர்கள் எவ்வளவு காலம் செயலற்றிருக்கும் என்று யாருக்கும் தெரியாது. எனவே தொற்றக்கூடிய நுண்ணுயிர்களும் நிஜமான அபாயங்களாகத் திகழலாம், குறிப்பாக மறைந்துபோன அல்லது அரிய நோய்கள் விஷயத்தில் நமது நோய் எதிர்ப்பு சக்தி நிச்சயமாகக் குறைந்துவிட்டதால். சில (நல்ல வேளையாக மிக அபூர்வமான) புதிரான மரணங்களுக்கு 'பதப்படுத்தப்பட்ட பிணத்தின் சாபம்' என்ற எப்போதும் புகழ்பெற்று விளங்கும் கட்டுக்கதையைவிட கொல்லக்கூடிய நுண்ணுயிர்கள் என்பது தொல்லியலாளர்கள் மத்தியில் மிகவும் நம்பத்தகுந்த விளக்கமாக இருக்கிறது. பழங்காலத்திலிருந்து மோசமான ஒன்றைக் கைப்பற்றுவது ஒரு தொல்லியலாளருக்கு வேடிக்கையானதாக இருக்கும். ஒருவேளை பரீட்சார்த்தத் தொல்லியலில் இதுதான் கற்பனை செய்து பார்க்கக் கூடிய சிறப்பான ஒன்று!

புற அதிர்ச்சி மற்றும் சேதத்தைப் பற்றிய ஆய்வுகள் மிகப் பாதுகாப்பானவை. வடமேற்கு ஐரோப்பாவின் சதுப்புநிலங்களில் அமிழ்ந்து பாதுகாக்கப்பட்ட உடல்கள் பற்றிய ஆய்வுகள் போன்றவை. அந்த உடல்களில் பல நிச்சயமாக தூக்கிலிடப்பட்டோ, அடித்துக் கொல்லப்பட்டோ, அல்லது சடங்குரீதியாகப் பலியிடப்பட்டோ வன்முறையான மரணங்களைச் சந்தித்திருக்கின்றன – டாலண்ட் மனிதன் தூக்கிலிடப்பட்டான், க்ராபல்லே மனிதனின் தொண்டை அறுக்கப்பட்டது, ஆனால் பிரிட்டனின் லிண்டோ மனிதன் – பீட் மார்ஷ் என நகைச்சுவையாகப் புனை பெயர் சூட்டப்பட்டவன் – வியப்புக்குரியவனாக இருக்கிறான்: அவனது மண்டையோடு இருமுறை உடைக்கப்பட்டிருந்தது,

குரல்வளை நெரிக்கப்பட்டிருந்தது, கழுத்துப் பெருநரம்பு துண்டிக்கப்பட்டிருந்தது. ஒன்று அவன் பொதுமக்களால் மிகவும் வெறுக்கப்பட்டவனாக இருந்திருக்க வேண்டும், அல்லது யாரோ ஒருவன் ஒரு மிகக் கச்சிதமான வேலையைச் செய்து முடிக்க உறுதி கொண்டிருந்திருக்க வேண்டும்.

நமக்கு கிடைத்திருக்கக்கூடிய தொன்மையான உடல் 1991இல் இத்தாலிய ஆல்ப்ஸ் மலையில் கண்டெடுக்கப்பட்ட பனி மனிதனுடையதுதான். அவனது உடல் கண்டுபிடிக்கப்பட்டது ஊடகங்கள் மூலமாக உலக அளவில் கவனம் பெற்று உடனே வியப்புக்குரிய சில கதைகள் தோன்றவும் காரணமாக அமைந்தது. அவற்றில் சில அனேகமாக ஐயத்துக்கிடமானவை. எடுத்துக் காட்டாக, ஒரு பெண்மணி தன் தந்தைதான் மலைகளில் காணாமல்போனதாகக் கூறினாள் – பத்திரிகை ஒளிப்படங் களிலிருந்து அவள் அவரை அடையாளம் கண்டுகொண்டாள்! உடனே அதற்கு 5,300 வருடங்களுக்கு முன்பு என்று கதிரியக்கக் கரிம முறையில் காலம் கணிக்கப்பட்டது. அது நிஜமாகவே ஒரு பழமையான உடல்தான் என்று கண்டறியப்பட்டதும், அவனது உடலில் உறைந்த விந்தணு ஏதேனும் இருந்திருந்தால் அதன் மூலம் கருத்தரிக்க சில பெண்மணிகள் முன்வந்ததாகக் கூறப் படுகிறது. மிகவும் விசித்திரமான முறையில், ஆஸ்திரியாவிலுள்ள ஓரினப் புணர்ச்சியாளர்களுக்கான பத்திரிகை ஒன்று அந்த விந்தணு அவனது குதப்பாதையில் கண்டுபிடிக்கப்பட்டதாகவும் ஆனால் விஞ்ஞானிகள் இந்த 'உண்மையை' வெளியிட முடியாத அளவுக்கு தர்மசங்கடத்திற்கு ஆளாகியிருந்ததாகவும் கூறியது!

பனிமனிதனைப் பற்றிய உண்மையான தகவல்கள் உண்மை யில் சுவையானவையும்கூட. அவன் நடுத்தரத்திலிருந்து பிந்தைய 40களில் தன் வயதைக் கொண்டிருந்தான். அவனது நுரையீரல்கள் திறந்தவெளி நெருப்புகளின் புகையால் கருப்பாகியிருந்தது; அவனது ரத்தக் குழாய்களும் ரத்த நாளங்களும் இறுகிப் போயிருந்தன; அவன் தனது கால்விரல் ஒன்றில் நாள்பட்ட பனிக்கடுப்பின் சுவடுகளைக் கொண்டிருந்தான்; அவனது எட்டு விலா எலும்புகள் முறிந்திருந்தன, ஆனால் அவை குணப் படுத்தப்பட்டிருந்தன அல்லது அவன் இறக்கும் தறுவாயில் குணமாகிக்கொண்டிருந்தன. அவன் உடலில் பச்சைக் குத்தப் பட்டிருந்தவை – பெரும்பாலும் நீலநிற இணைகோடுகள், அரை

அங்குல நீளம் கொண்டவை – அவனது கழுத்திலும், முதுகிலும், இடுப்பிலும் இருந்த மூட்டுவீக்கத்தை குணப்படுத்துவதற்காகக் குத்தப்பட்டிருக்கலாம். ஆனால் மிகவும் குறிப்பிடத்தகுந்த தகவல் எஞ்சியிருந்த ஒற்றை விரல்நகத்திலிருந்து கிடைத்தது. அதன் குறுக்காக உள்ள கோடுகள், அவன் தன் மரணத்திற்கு முன் நான்கு, மூன்று, இறுதியாக இரண்டு மாதங்களில் விட்டு விட்டுக் கடுமையான நோயால் பாதிக்கப்பட்டான் (நக வளர்ச்சி அப்போது குறைந்தது) என்று தெரிவிக்கின்றன. அவன் விட்டு விட்டு ஏற்படும் முடக்கு நோயால் பாதிக்கப்பட்டவனாக இருந்தான் என்ற தகவல், அவன் எவ்வாறு மோசமான வானிலைக்குப் பலியாகி, உறைந்துபோய் இறந்தான் என்பதை அனேகமாக விளக்குகிறது, எனவே ஒரு முழு உடலில்கூட அற்பமானதாகத் தோன்றும் ஒரு நகம் புதிரை விடுவிக்கும் திறவுகோலாக இருக்கலாம் – தொல்லியல் முழுவதற்கும் பொருந்தக்கூடிய ஓர் உருவகம்.

இயல் 5
மக்கள் எவ்வாறு சிந்தித்தனர்?

வாழ்க்கையின் அடிப்படையான விவரங்களை – தொழில் நுட்பம், பிழைப்புவழி போன்றவை – கண்டறிவது கடினமான தென்றால், மக்களின் மனங்களுக்குள் புகுவதும் அவர்கள் எதன் மீது நம்பிக்கை வைத்திருந்தார்கள், எவ்வாறு சிந்தித்தார்கள் என்று ஒரு குறிப்பையாவது பெற முற்படுவதும் எல்லையற்ற அளவில் கடினமானது. திருமணமாகி எத்தனையோ ஆண்டுகள் கழிந்த பின்னும் உங்கள் வாழ்க்கைத் துணையின் எண்ணங் களைக்கூட உங்களால் புரிந்துகொள்ள முடியவில்லை என்றால் (அல்லது புரிந்துகொள்ள விரும்பாவிட்டால்!) கோரமான மொழியில் 'வரலாற்றுக்கு முந்தைய மனப்பாதைகள்' என்று அழைக்கப்படுவதை மீட்டுருவாக்குவது எவ்வாறான சவால் என்பதைக் கற்பனை செய்துபாருங்கள்.

இந்த இடத்தில்தான் நாம் 'மனதின் தொல்லியல்' என்ற ஒன்றை விழையும் துணிச்சலான ஆத்மாக்களின் பக்கம் திரும்பு கிறோம் – அறிவுசார் தொல்லியலார் அல்லது 'காகிஸ்' (Coggies) என்று அறியப்படும் அவர்கள் பழமையான எண்ணங்கள், நம்பிக்கைகள், சமூக உறவுகள் என்றென்றைக்குமாக மறைந்து போய்விட்டதை ஏற்றுக்கொள்ள மறுப்பவர்கள்; மதம், சடங்கு அல்லது இதுபோன்றவற்றுடன் தொடர்புடையதாகக் கணிக்கப் படும் கலை மற்றும் பருப்பொருள் சார்ந்த எச்சங்களை தர்க்க பூர்வமாக ஆய்வதன் மூலம் தங்களால் அவற்றை உயிர்ப்பிக்க முடியும் என்று நம்புபவர்கள்.

ஆதிகாலச் சமூகங்களின் புலனறிவுசார் கூறுகளை குறிப்பாக நமக்கு உதவக்கூடிய எழுத்துச் சான்றுகள் இல்லாத நிலையில் உள்ளவற்றை ஆராய்வதற்கான வெளிப்படையான வழிமுறை களை உருவாக்க பல அறிஞர்கள் தற்போது கடுமையாக உழைத்துக் கொண்டிருக்கிறார்கள். கடினமானதாகத் தோன்றும் இப்பணிக்கு எண்ணற்ற ஊக்குவிக்கும் அணுகுமுறைகள் உள்ளன. எடுத்துக்காட்டாக, மக்கள் தங்கள் உலகத்தை எவ்வாறு விவரித்தார்கள், அளவிட்டார்கள் என்பதையும், தங்கள் நினைவுச் சின்னங்களையும் நகரங்களையும் எவ்வாறு அவர்கள் திட்டமிட்டு உருவாக்கினார்கள் என்பதையும், எந்தெந்த மூலப்பொருள்களை அவர்கள் உயர்வாகப் போற்றினார்கள், எந்தெந்த மூலப் பொருள்கள் செல்வம் மற்றும் அதிகாரத்தின் சின்னங்களாக அனேகமாகக் கருதப்பட்டன என்பதையும் நாம் ஆராயலாம். அதிலும் குறிப்பாக, சமயம் சார்ந்த அரும்பொருள் ஆய்வில் நாம் ஈடுபடலாம்.

சமயம் என்பது அடிப்படையில், வானிலையுடன் தொடர்பு வைத்துக்கொள்ள மனிதகுலம் மேற்கொண்ட முயற்சியே என்றும், கடந்த காலத்தில் இம்முயற்சியில் பெரும் உழைப்பு செலவிடப்பட்டிருக்கிறது என்றும் ஓரளவு உண்மையாகச் சொல்லப்பட்டிருக்கிறது. வினோதமாகத் தோன்றும் எதனையும் 'சடங்கு' என்று அழைப்பது நன்கறியப்பட்ட தொல்லியல் சபலமாக இருந்தாலும், 'பழங்குடி' மனிதர்களைப் பற்றிய நவீன ஆய்வுகளிலிருந்து சமய நடவடிக்கைகளும் வாழ்க்கையில் பல நேரங்களில் தலைசிறந்த முக்கியத்துவத்தைக் கொண்டிருக் கின்றன என்று அறிகிறோம் – உண்மையில், புனிதமானதற்கும் சமயச்சார்பற்றதற்கும் இடையே தெளிவான பிரிக்கும் கோடு எதுவும் இல்லாததால், வாழ்க்கையின் பெரும்பகுதி சமயத்திற்கே இறுதியில் அர்ப்பணிக்கப்பட்டிருக்கிறது.

அண்மைக்காலத்தில் சிந்தனைக்கான சில அடிப்படைச் சான்றுகளுக்கான காலங்கள் மேலும் பின்தள்ளப்பட்டிருக் கின்றன. எடுத்துக்காட்டாக, மனிதர்களைப் புதைப்பது என்பது கருத்தூன்றிச் செய்யப்பட்டதாகத் தொடங்குவது 1,00,000 முதல் 40,000 ஆண்டுகளுக்கு முன்பு யூரேஷியாவில் வாழ்ந்த நியாண்டர்தால் மனிதர்களிடமிருந்தே என்று நீண்ட காலமாக எண்ணப்பட்டு வந்தது – பல எடுத்துக்காட்டுகள் நன்கு அறியப்

பட்டவை, அவற்றில் ஒன்று இராக்கில் ஷனிதர் குகையில் உள்ள ஒரு புகழ்பெற்ற கல்லறை, அதில் (எலும்புகளுடன் காணப்பட்ட மகரந்தத்தைக் கொண்டு மதிப்பிடும்போது) மலர்களால் உடல் சூழப்பட்டிருந்ததாகத் தோன்றுகிறது. எனினும், 2,00,000 ஆண்டு களுக்கு முன் ஏதோ ஒருவகை ஈமச் சடங்கு நிறைவேற்றப்பட்டது என்பதற்கு அடபுவர்காவில் உள்ள எலும்புக் குழியின் (இயல் 1) அடியில் கிடைத்த கண்டுபிடிப்புகளே வலுவான அறிகுறி. ஏனெனில் ஏராளமான உடல்கள் திட்டமிடப்பட்டே இங்கு கொண்டுவரப்பட்டு குழியில் கிடத்தப்பட்டன – இது ஒரு குடியிருப்பு இடமுமல்ல (கருவிகளோ அல்லது வீட்டுக் கழிவுகள் போன்ற இதர எச்சங்களோ இங்கு காணப்படவில்லை), இந்த உடல்கள் மாமிசம் உண்ணும் விலங்குகளாலும் கொண்டு வரப்படவில்லை (எலும்புகளின் மேல் பற்குறிகள் காணப் படவில்லை, உடலின் எல்லா பகுதிகளும் உள்ளன, இதர இரை விலங்குகளின் எச்சமும் காணப்படவில்லை.) எனவே இந்த விஷயத்தில், கண்டுபிடிப்புகளின் உள்ளடக்கத்தையும் பின்னணி யையும் நோக்கும்போது ஏதோ ஒரு வகை அடிப்படையான சமயச்

சடங்கு நிறைவேறிக்கொண்டிருந்ததாக நாம் நியாயமாகவே உறுதிகொள்ளலாம்.

இது 'கலை'க்கும் பொருந்தும். கலை என்பது போராடி வெற்றியடைவதற்குக் கடினமானது என்று பெயர்போன ஒரு கருத்தாக்கம். அதை எப்படி வரையறுப்பது என்பது குறித்த விவாதம் இன்னமும் நீடிக்கிறது. 'இயற்கையின் பணிக்கு மாறான மக்களின் பணி' என்ற பல நூற்றாண்டுகள் பழமையான அதன் வரையறையை ஏற்றுக்கொள்வதே ஒருவேளை சுலபமான வழியாக இருக்கலாம். இவ்வாறாக அதன் வடிவங்களின், உள்ளடக்கத்தின் அல்லது உள்நோக்கத்தின் மாறுபாட்டை வேறு படுத்திப் பார்ப்பதைத் தவிர்க்கலாம். சமயத்தைப் போலவே, பல 'பழங்குடி' சமூகங்களில் 'கலை'யைக் 'கலையற்றதி'லிருந்து பிரிப்பது மிகவும் சிரமமானது; தங்கள் 'கலை' அனைத்தையும் நடைமுறை சார்ந்ததாக, நேரடியான விதத்தில், ஒரு பயன்படுத் தத்தக்க கலைப்பொருளாகவோ அல்லது மறைமுகமான விதத்தில், ஆவிகளுடன் அல்லது கடவுள்களுடன், அல்லது வானிலையுடன், அல்லது எதனுடனாவது தொடர்புகொள்ளும் ஒரு வழிமுறையாகக் காணும் மக்களுக்கு அத்தகைய பிரிவினைகள் எவ்விதப் பொருளுமற்றவை. இதற்கெல்லாம் உட்பொருளும், பொருளும், செயல்பாடும் உள்ளன. கலை என்பது தனியானது, அல்லது விசேஷமானது, அல்லது செயல்பாடற்றது எனும் நமது கருத்தாக்கத்தைப் பல பழங்குடிச் சமுதாயங்கள் புரிந்துகொள்ளக் கூட முடியாது.

பல ஆண்டுகளாக, கலை என்பது ஐரோப்பாவில் நவீன மனிதர்களுடன், அதாவது கடைசிப் பனிக்காலத்தின் முதலாவது கையடக்கக் கலை மற்றும் குகை ஓவியங்களுடன் தொடங்கிய தாகக் கருதப்பட்டுவந்தது. கடும் ஆய்வுக்கு உட்படுத்தப்பட்ட போது எதுவும் எடுபடவில்லை. முதலாவதாக, ஒவ்வொரு கண்டமும் தற்போது சமமான அளவில் பழமையான 'கலை' யைக் கொண்டுள்ளது. ஆஸ்திரேலியா உலகின் மிகப் பழமை யானதாகக் காலம் கணிக்கப்பட்ட பாறை செதுக்கோவியங்களை (ஆற்றல் அதிர்வு வண்ணப்பட்டை பதிவு ஒளிப்படப்பிடிப்பு மூலம் கணிக்கப்பட்ட காலம் சரியானதாக இருந்தால், இவை 40,000 ஆண்டுகளுக்கு முற்பட்டவை) கொண்டிருக்கிறது; இதைவிட மிக முக்கியமாக, 'கலை' என்பது நவீன மனிதர்கள்

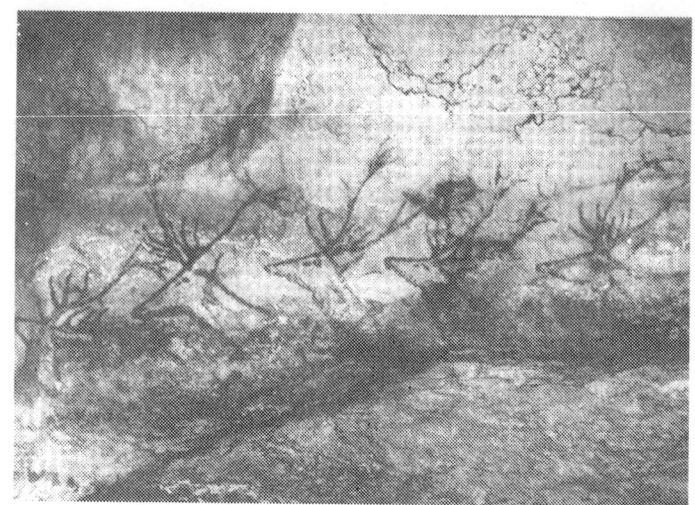

பிரான்ஸில் லாஸ்காக்ஸ் குகை ஓவியம்

தோன்றுவதற்கு வெகுகாலத்திற்கு முன்பே நிகழ்கிறது என்பது தற்போது தெளிவாகிறது. இது பல பத்தாண்டுகளுக்கு முன்பே தெரியவந்த ஒரு விஷயம்தான். ஏனெனில், சிறு 'கிண்ண வடிவ அடையாளங்கள்' (சிறு வட்ட வடிவக் குழிகள்) தொடர்ச்சியாகக் கவனத்துடன் அமைக்கப்பட்டிருந்த ஒரு கற்பலகையால் மூடப் பட்ட நியாண்டர்தால் கல்லறை ஒன்று தென்மேற்கு பிரான்ஸில் கண்டறியப்பட்டது. ஆனால் இதனை ஒரு பிறழ்வாக, ஒரே ஒரு முறை நிகழ்ந்ததாக, லாஸ்காக்ஸ், அல்டாமிரா போன்ற பிற்காலக் குகைக் கலை அற்புதங்களுடன் ஒப்பிடுவதற்கு இயலாததாகத் தொல்லியலார் குழாம் எப்போதும் ஒதுக்கித் தள்ளியது.

எனினும், தற்போது நம்மிடம் பல்வேறு ரகங்களில் எளிய நியாண்டர்தால் 'கலை'க்கு எடுத்துக்காட்டுகள் அதிகரித்து வரும் எண்ணிக்கையில் இருப்பது மட்டுமல்லாமல், மிகப் பழங்கால நிகழ்வுகளுக்கும் எடுத்துக்காட்டுகள் உள்ளன. 1980களில் இஸ்ரேலின் கோலான் குன்றுகளில் பெரேகாட் ராம் என்ற ஒரு திறந்தவெளி இடத்தில் கண்டெடுக்கப்பட்ட எரிமலைப் பாறை யின் ஒரு சிறு கூழாங்கல் மிகவும் குறிப்பிடத்தக்க எடுத்துக்காட்டு. அதன் இயற்கையான வடிவம் ஒரு பெண்ணை ஒத்திருக்கிறது.

ஆனால் 'கழுத்தை'ச் சுற்றியும் 'புஜங்களு'க்குக் கீழும் வரிப் பள்ளங்கள் காணப்படுகின்றன. இக்கோடுகளும் இயற்கை யானவைதானா அல்லது மனிதர்களால் உருவாக்கப்பட்டனவா என்பதுதான் பிரச்சினைக்கு உரியது. எவ்விதமான ஐயத்துக்கும் அப்பாற்பட்டு இவை செயற்கையானவையே என்று அமெரிக்க ஆய்வாளர் அலெக்சாண்டர் மார்ஷக்கால் நுண்ணோக்கியின் துணைகொண்டு மேற்கொள்ளப்பட்ட ஆய்வு தற்போது நிரூபித்துள்ளது. எனவே இந்தக் கூழாங்கல் ஐயத்திற்கு இட மின்றி ஒரு 'சிறு உருவச் சிலை'யே, ஒரு கலைப்பொருளே – இருந்தாலும் இது குறைந்தது 2,30,000 ஆண்டுகளுக்கு அல்லது இதற்கும் அதிகமான ஆண்டுகளுக்கு முற்பட்டது. எனவே, மறுபடியும் நம்மிடம் புலனுணர்வுசார் நடவடிக்கைக்குத் தெளிவான சான்று உள்ளது – கூழாங்கல் இயற்கையாகவே ஒரு பெண்ணின் சாயலைக் கொண்டிருந்தது கண்டறியப்பட்டு, பிறகு வேண்டுமென்றே அச்சாயல் பெரிதுபடுத்தப்பட்டது.

கடைப் பனியுகத்தின் நவீன மனிதர்களிடமிருந்துதான் உண்மையான கலை தொடங்கியது என்ற மரபார்ந்த கோட் பாட்டை நாம் பற்றிக்கொண்டிருந்தாலும், வரலாற்றுக்கு முந்தைய கலை, குறிப்பாக 'பாறைக் கலை' கலை வரலாற்றில் 99 சதவீத இடத்தைப் பிடித்துக்கொண்டிருக்கிறது என்பதும் உண்மை யாகவே இருக்கும். கலை வரலாறு பற்றிய பெரும்பாலான புத்தகங்கள் எகிப்து, கிரேக்கம் போன்ற மிகவும் பழகிப்போன பிரதேசங்களுக்கு நகர்வதற்கு முன்னதாக குகைக் கலையின் (பொதுவாக லாஸ்காக்ஸ் அல்லது அல்டாமிரா, இவற்றில் எதுவுமே உண்மையான பிரதிநிதித்துவம் பெற்றிருக்கவில்லை), அல்லது ஒரு பெண் உருவச்சிலையின் (பொதுவாக உண்மையிலேயே பருமனாக இருப்பவற்றில் ஒன்று, இவையும் உண்மையான பிரதிநிதித்துவம் பெற்றிருக்கவில்லை) அடையாளமாகத் திகழும் ஒரு ஒளிப்படத்துடன் தொடங்குகின்றன என்பது வேடிக்கையானது. எனினும் 17,000 ஆண்டுகளுக்கு முற்பட்டது என்ற நிலையில் லாஸ்காக்ஸ் கலை வரலாற்றின் நடுப்பகுதியில் இருக்கிறது–ஆம், பெரேகாட் ராம் உருவச்சிலையின் துணை கொண்டு பார்க்கையில், லாஸ்காக்ஸ் கலை வரலாற்றின் 'மிகவும் பிந்தைய காலகட்டத்தில்' தொடங்குகிறது என்று நாம் சொல்லலாம்.

வரலாற்றுக்கு முற்பட்ட காலகட்டக் கலை ஒரு பெரும் கால அளவை மட்டும் கொண்டிருக்காமல் எலும்பின் மீது கீறல்கள் முதல் அற்புதமான பல வண்ண ஓவியங்கள் வரை, களிமண்ணில் எளிய நகக் குறியிடல்கள் முதல் மிகவும் நுட்பமான முப்பரிமாணச் சிற்பங்கள் வரை பல வகைகள், கருப்பொருள்கள் கொண்ட ஒரு பரந்த வரிசையையும் கொண்டிருக்கிறது. எனவே அதில் நாம் விரும்பும் எல்லாவற்றையும் எதனையும் காணலாம். இவ்வாறாக, தொல்லியல் பதிவுகளில் வேற்றுக் கிரகத்தினருக்கு அல்லது பழங்கால விண்வெளி வீரர்களுக்குச் சான்றுகள் இருந்ததாக 1970களில் பறைசாற்றிய மோசடிக்காரர்களும் அவர்களது ஏமாளி வாசகர்களும் பாறைக் கலையில்கூட விண்வெளி மனிதர்களைப் போன்று (குறைந்தபட்சம் அவர்களுக்கு) தோன்றிய படிமங் களைக் கண்டறிந்தார்கள்!

இன்றைக்கு 'பழங்குடி' கலை பற்றி நாம் அறிந்துள்ளவற்றைக் கொண்டு வரலாற்றுக்கு முற்பட்ட காலகட்டக் கலை – விளை யாட்டுகள், கட்டுக்கதைகள், கதைகள், சுவர் எழுத்துகள் அல்லது சித்திரங்கள், செய்திகள், படைப்பு பற்றிய கட்டுக்கதைகள் மற்றும் சமயத்தை உள்ளடக்கி – பல பயன்பாடுகளைக் கொண்ட ஒன்றாக இருந்திருக்க வேண்டும் என்பது ஓரளவு வெளிப்படை. அவற்றில் அனைத்துமே இயற்கை கடந்த பயங்கரத்தை வெளிப்படுத்து வதாக தீவிரமானதாகவும் உண்மையானதாகவும் இருக்க வேண்டியதில்லை. அவற்றில் பெரும்பாலானவை வாழ்க்கை யைக் கொண்டாடுவதாகவும் வேடிக்கையையும் விளையாட்டுத் தனத்தையும் பிரதிபலிப்பதாகவும் இருக்கலாம். அவற்றில் சில வெளிப்படையாக திறந்தவெளியில் காட்சிக்கு உள்ளன; சில, உள்மறைவிடங்களில் அல்லது ஆழ்குகைகளில் மறைத்து வைக்கப்பட்டு மிகவும் தனிப்பட்டதாக உள்ளன. ஆனால் இவ்வளவு வெளிப்படையான பல்வகைமை இருந்தாலும், பாறைக் கலையை அல்லது பனியுகக் கலையை மட்டுமே கூட – ஆய்வு செய்பவர்களில் பலர் அதன் மீது ஒற்றையான, எல்லாவற்றையும் உள்ளடக்கும் விளக்கங்களைத் திணிக்கும் உள்ளார்ந்த மனப்போக்கைக் கொண்டுள்ளார்கள். உண்மையில் தொல்லியலின் ஒவ்வோர் அம்சத்திலும் இது நிகழ்கிறது. நல்ல சிந்தனையாக (பொதுவாக வேறொருவரிடம் இருந்து இரவல் பெறப்படுவது, அவர் மற்றொரு துறையைச் சார்ந்தவராக

அயர்லாந்திலுள்ள நியூ க்ரேஞ்சின் நுழைவாயில். வாயில் மேலிருக்கும் 'ஜன்னலை' கவனிக்கவும். குளிர்காலக் கதிர்த்திருப்பத்தின்போது விடியலில் இதன் வழியாக சூரியன் பிரகாசிக்கிறது.

இருப்பது விரும்பத்தக்கது) தோன்றும் ஒன்று கிடைத்தவுடன், கண்ணில் பட்டவற்றுக்கெல்லாம் அதனைப் பயன்படுத்தி, மிகவும் பல்வேறு வகைப்பட்ட ஒரு நிகழ்வின் ஒவ்வோர் அம்சத்தையும் இயந்திர உருளையில் அரைப்பது போன்ற விளக்கங்களுக்கு உட்படுத்தும் அடக்கமுடியாத உந்துதல் ஒரு வேளை புலமையின் ஒரு முக்கிய பலவீனமாக இருக்கலாம்.

தேர்ந்தெடுக்கப்பட்ட விளக்கங்கள் தற்கால வெறிக் கருத்து களை மற்றும் கேடுகளைப் பிரதிபலிப்பதாக உள்ளன – வரலாற்றுக்கு முற்பட்ட காலகட்டக் கலை என்பது கன்னா பின்னாவென்ற சுவர்க் கிறுக்கல்கள் அல்லது விளையாட்டுச் செயலாக, 'கலை கலைக்காகவே' என்பதாக முதலில் கருதப் பட்டது. பிறகு நூற்றாண்டின் முடிவில், நவீன 'பழங்குடி' மக்கள் என்ன செய்தார்கள் என்பது பற்றிய விவரமான அறிக்கைகள் வெளியாகத் தொடங்கியதும், சில மிகவும் எளிமைப்படுத்தப் பட்ட சிந்தனைகள் வரலாற்றுக்கு முந்தைய கலைக்கு எவ்வித விமர்சனமும் அற்று பிரயோகிக்கப்பட்டன – மிகவும் குறிப்பாக, அது வேட்டையாடுவதில் அல்லது வளமைக்கு உதவுவதற்கு மாயாஜால செயல்நோக்கம் கொண்டிருந்தது என்ற சிந்தனை. 1950களில், பிரெஞ்சு அமைப்பியல் குகைக் கலை ஓர் உறுதி யான மற்றும் திரும்பத் திரும்ப நிகழும் அமைப்பைக் கொண்டிருக்கிறது என்பது போன்ற புதிய எண்ணங்களுக்குக் கொண்டுசென்றது. 'ஊஞ்சலாடும் அறுபதுகளோ' குகைகளி லுள்ள விலங்குகள் பாலியல் குறியீடுகள் என்ற புதுக் கருத்தைக் கண்டன; வரலாற்றுக்கு முந்தைய சில கலைப் பொருள்களிலும் நினைவுச் சின்னங்களிலும் காணக்கூடிய நிலா தொடர்பான குறிப்புகளிலும் இதர வானவியல் பதிவுகளிலும் கவனம் செலுத்த விண்வெளியுகம் அழைத்துச் சென்றது. பாறைக்கலை என்பது ஒரு ராட்சச 'ஃபிளாப்பி தட்டுகள்' அல்லது குறுந்தட்டு களின் வரிசைபோல; அவற்றில் பதியப்பட்டுள்ள தகவல்கள் சேமிப்புக்காகவும் உடனடி மீட்புக்காகவும் என்ற பார்வைக்குத் தவிர்க்க முடியாமல் கணினியுகம் அழைத்துச் சென்றது. பாறைக் கலை பெரும்பாலும் மயக்கநிலைப் படிமங்களையே கொண்டுள்ளது என்ற தற்போது நடப்பிலுள்ள கோட்பாடு பிந்தைய 1960கள் மற்றும் 1970களில் நிலவிய போதைப் பொருள் கலாசாரத்தின் நேரடிச் சொத்தாகத் தோன்றுகிறது. இந்தப்

போதைப் பொருள் கலாசாரத்தின் துணை ஆர்வங்களாக ஆன்மிகம், மாந்திரிக சூனியம், மாயக் காட்சிகள், மாறுபட்ட விழிப்புணர்வு நிலைகள், இன்னபிற அமைந்து, 'புதுயுகத்தின்' கணிசமான இலக்கியம் தோன்றுவதில் வந்து முடிந்தது.

இந்த விளக்கங்கள் அனைத்திலும் அனேகமாகக் கொஞ்சம் உண்மை இருந்தாலும், இவற்றிற்கு அப்பாற்பட்டு, அக்கலை பிரதிநிதித்துவப்படுத்துவது என்ன, அதன் நோக்கம் என்ன என்றெல்லாம் அந்தக் கலைஞனால் மட்டுமே சொல்ல முடியும் என்ற உண்மை மாறிவிடவில்லை. எதைப் பற்றியும் நாம் உறுதியாகச் சொல்ல முடியாது. ஒரு புகழ்பெற்ற பரிசோதனையில் ஆஸ்திரேலிய அறிஞர் ஒருவர் பழங்குடியினர் சிலரிடம் ஒரு நீள் சதுரப் பாறை ஓவியத்தில் சில விலங்குகளை இனம் காணச் சொன்னார் – அவர்களது இனம்காணல்கள் மேற்கத்திய விலங்கியல் பகுத்தறிவின் மூலமாக வந்தடைந்த இனம் காணல்களிலிருந்து குறிப்பிடத்தகுந்த வகையில் மாறுபட்டிருந்தது: 22 சித்திரங்களில், மேற்கத்திய அறிஞர்கள் 15-ஐ தவறாக இனம் கண்டார்கள். மற்ற சித்திரங்களிலும்கூட அவர்களது இனம் காணல் மேம்போக்கான விதத்திலேயே சரியாக இருந்தது! ஆனால் வரலாற்றுக்கு முற்பட்ட காலத்தைச் சேர்ந்த தகவலாளிகள் நம்மிடம் இல்லாததால், அக்கலையின் உண்மையான பொருள் குறித்து நமக்கு எப்போதும் உதவி கிடைக்கவே போவதில்லை. எனவே அவை எதைச் சித்திரிக்கின்றன என்றும் அவற்றின் உட்பொருள் என்னவாக இருந்திருக்கக்கூடும் என்றும் மதிப்பிட முயல மட்டுமே நம்மால் முடியும்.

பாறைக் கலை சில நேரங்களில் தகவலைப் பதிவு செய்யவும் அனுப்பவும் நிச்சயமாகப் பயன்படுத்தப்பட்டிருக்கிறது. நிஜ எழுத்துகளைப் பொருத்தவரையில், அறிவுசார் தொல்லிய லாளருக்கு வேலை மிகவும் சுலபமாகிவிடுகிறது. ஆனால் முதலில் அவற்றின் அடையாளம் அறியப்பட வேண்டும். இது மிகவும் விசேஷமான ஒரு திறன். இதற்கு மிகத்திறமையான பகுத்தாராயும் மனம் தேவைப்படுகிறது. பழங்கால எகிப்திய சித்திர எழுத்துகளை முதன்முதலாக அடையாளம் கண்டறிந்த (எகிப்திய, கிரேக்க மொழிகளில் ஒரே மாதிரியான விஷயங் களைக் கொண்டிருந்த ரோசெட்டா கல் கண்டுபிடிக்கப்பட்டது இதற்குப் பெரிதும் உதவியது) ஷாம்போலியன் போன்ற சில

மன்னிக்கவும். 'பரலோக'
வேலைவாய்ப்புகள்
எதுவும் இல்லை.
தயவுசெய்து நாளை
மீண்டும் முயலுங்கள்.

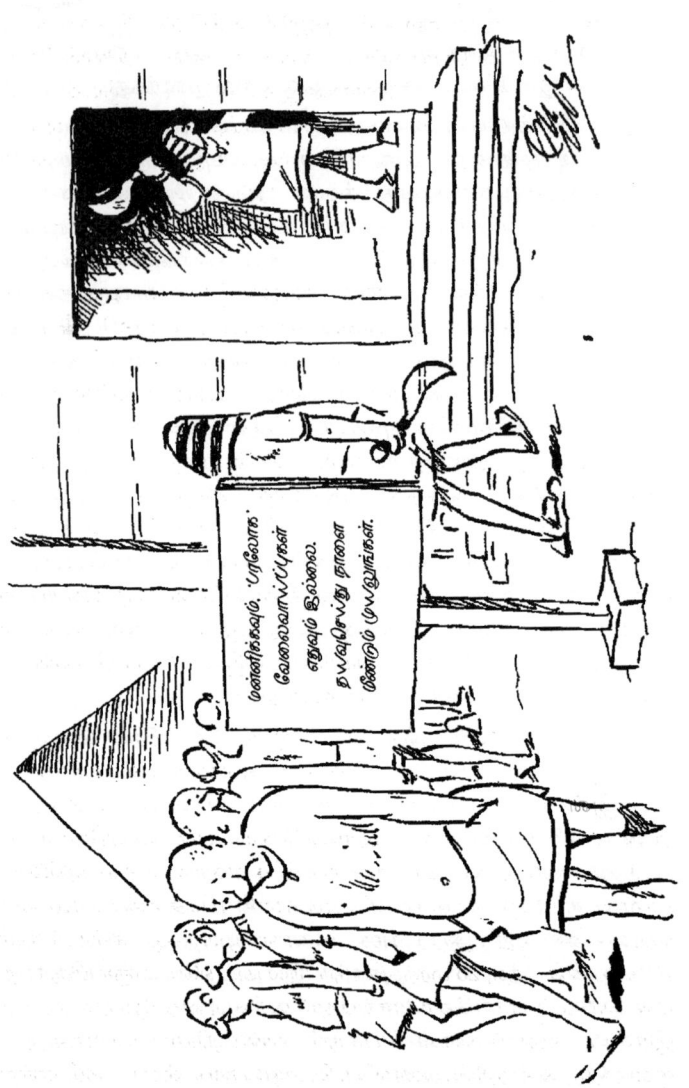

குறிப்பிடத்தகுந்த முன்னோடிகள் இருந்திருக்கிறார்கள். இந்த நூற்றாண்டில் ஒரு குறிப்பிடத்தக்க நபர் – சில பாப் இசைக் கலைஞர்களைப் போல தன் புகழின் உச்சியில் இளவயதில் இறந்துபோனதால் போற்றப்படுபவர் – மைக்கேல் வென்ட்ரிஸ் ஆவார். கட்டிடக் கலை நிபுணரான இவர் 1952இல் ஈஜியன் கடல் பகுதியில் கிடைத்த லீனியர் பீ என்ற பழங்கால வரிவடிவம் கிரேக்க மொழியின் பழைய வரிவடிவமாகும் என்று தான் கண்டறிந்துள்ளதாக அறிவித்தார். (இந்த வரிவடிவம் க்ரீட் நாட்டில் கண்டெடுக்கப்பட்டிருந்தாலும், ஒரு வரைபட்டித் தொகுதியில் 'இது ஒரு சிறு பொருள். ஆனால் மினோவ் நாகரிகத்தைச் சார்ந்தது' என்ற வாசகத்தைக் கொண்டிருந்ததாகக் கூறப்படும் கதையில் உண்மை எதுவும் இல்லை). பெரும் பாலான முன்னோடிகளைப் போல அவரும் பாராட்டுகளை அல்ல, சக நிபுணர்களிடமிருந்து மறுப்பு என்ற பெயரில் சீற்றங் கொண்ட கேலிக் கூக்குரல்களையே சந்தித்தார். இது தொல்லியலின் அனைத்துக் கிளைகளிலும் மேற்கொள்ளப்படும் படிப்புக்கு இணையானது – அதேபோல பின்வரும் விஷயமும்: அதற்குப் பிறகு வெகு விரைவிலேயே லீனியர் பீ பாளங்கள் ஒரு முழு நூலக அளவிற்கு கிரேக்க நாட்டில் தோண்டியெடுக்கப்பட்டன. இவற்றின் மொழிபெயர்ப்புகள் வென்ட்ரிஸ் கூறியவற்றை உறுதிசெய்தன. நிபுணர்களுக்கு வேறு வழி இல்லை: அவர்கள் தோண்டியெடுத்தவரும் வென்ட்ரிஸூம் இவற்றைப் போலியாக உண்டாக்கிவிட்டதாகக் குற்றம் சுமத்தினர்!

எழுத்துகளைப் படித்து அவற்றைக் கண்டறிதல் மறைந்து வரும் ஒரு கலை என்று கற்பனை செய்துகொண்டுவிடாதீர்கள் – அது இன்னமும் உயிர்த்துடிப்புடன் இருக்கிறது. கடந்த சில ஆண்டுகளில்தான், ஒரு நூற்றாண்டு காலமாக மேற்கொள்ளப் பட்ட தொடர் ஆய்வு முயற்சிகளின் விளைவாக மத்திய அமெரிக் காவில் வாழ்ந்த மாய நாகரிக மக்களின் மிகச் சிக்கலான வரி வடிவத்தைச் சரியாகப் புரிந்துகொள்ள முடிந்தது; ஈஸ்டர் தீவி லிருந்து கிடைத்த, 25 மரத்துண்டுகளில் மட்டுமே எஞ்சியிருக்கிற மிக அரிய 'ரொங்கோரொங்கோ' வரிவடிவத்திற்கும் கடந்த இரண்டு ஆண்டுகளில் பொருள் கண்டறியப்பட்டுள்ளது – குறைந்தது அவற்றின் அமைப்பு, பொதுவான உள்ளடக்கம் என்ற அளவில். ஆனால் செய்து முடிப்பதற்கு மேலும் அதிகப் பணி

உள்ளது. இன்னமும் பொருள் கண்டறியப்படாத லீனியர் ஏ (ஈஜியன் கடல் பகுதி), சிந்து சமவெளி வரிவடிவங்கள் (பண்டைய இந்தியா மற்றும் பாகிஸ்தான்) தங்கள் மூளைகளுக்குத் தொல்லை கொடுக்க விழையும் ஆர்வலர்களுக்குப் பெரிய சவால்களாக இன்னமும் உள்ளன.

வாசகங்களை வாசிக்க முடிந்ததும், அவை கடந்த காலத்தின் புலனாகக்கூடிய அம்சங்களை – எடுத்துக்காட்டாக, செவ்வியல் கால இடங்களிலுள்ள கல்வெட்டுகள், அல்லது குடியேற்ற நாடு களை அமைத்தவர்களின் முதல் படைப்புகள் போன்றவை – பற்றிய மதிப்புமிக்க தகவல்களை ஏராளமாக வழங்கலாம் என்பது வெளிப்படை. எனினும், ஒட்டுமொத்த வரலாற்றைப் போன்று, இலக்கியமும் தொல்லியலை முழுமையாக்கும் ஒன்றாகவே எப்போதும் பார்க்கப்பட வேண்டும், தொல்லியலுக்கு ஒரு மாற்றாக எப்போதுமே பார்க்கப்படக் கூடாது – எழுத்து என்பது மிகவும் வரையறைப்படுத்தப்பட்ட நோக்கங்களுக்கே பயன்படுத்தப்பட்டு, எழுத்தறிவு என்பது சிறுபான்மை மேட்டுக் குடியினரின் தனிச்சிறப்புரிமையாக இருந்த பழங்காலச் சமூகங் களில் குறிப்பாக இது உண்மையே. மாறாக, செவ்வியல் கால கிரேக்கத்தில் எழுத்தறிவு பரவலாக இருந்தது. எழுத்து அனேக மாக வாழ்க்கையின் எல்லா அம்சங்களையும், தனிப்பட்டவை, பொதுவானவை இரண்டையும் தொட்டது. எனவே இலக்கியம் கணிசமான உள்நோக்குகளை வழங்க முடியும் – எடுத்துக் காட்டாக, கலையில் கடவுளர்களையும் புராணங்களையும் அடையாளம் காண்பதில் (செவ்வியல் இலக்கியம் இல்லை யென்றால், கிரேக்க மற்றும் ரோமானியக் கலையில் பெரும் பாலான காட்சிகளைப் பற்றி நமக்கு எதுவும் புரிந்திருக்காது); ஆனால், எப்போதும் போல, வாசகங்கள் பாரபட்சங்களையும் உள்ளடக்கியிருப்பதோடு முழுமையற்றதாகவும் இருக்கின்றன.

அறிவுசார் தொல்லியல் என்ற ஒரு முழுமையான துறையே தொல்வானவியலால் – வானத்தில் நிகழ்பவற்றைப் பற்றிய பழங்கால அறிவை ஆராயும் துறை – எடுத்துக்கொள்ளப் பட்டுள்ளது. மேலே குறிப்பிட்டதைப் போல, கடைப் பனியுகத்தி லிருந்து நிலா தொடர்பான குறிப்புகள் இருக்கலாம் (பழங்கால மக்கள் காலம் கழிவதைக் கணக்கிடுவதற்கான முதன்மை யான வழிமுறையாக நிலாவின் மாறுபாடுகள் நிச்சயமாக

இருந்திருக்கும்). ஆனால் இடைக்குளிர்கால அல்லது இடை வேனிற்கால சூரிய உதயம் போன்ற குறிப்பிடத்தகுந்த வானவியல் நிகழ்ச்சிகளுடன் நினைவுச்சின்னங்கள் என்ற நிகழ்வு ஒருநிலைப் படுத்தப்படும் பிந்தைய தொல்வரலாற்றுக் காலத்தில்தான் இத்துறை உண்மையாகவே முழுவதும் திறன்வாய்ந்ததாக ஆகிறது. மேற்கு ஐரோப்பாவின் தொல்வரலாற்றுக் காலப் பெருங்கல் நினைவுச் சின்னங்களிலிருந்து மத்திய மற்றும் தென் அமெரிக்க நாகரிகங்களிலுள்ள பெரிய கட்டிடங்கள் வரை வான் இயக்கங்களைப் பற்றி ஓர் ஆழ்ந்த ஞானத்தையும் அவற்றுக்கு அளிக்கப்படும் முக்கியத்துவத்தையும் தெளிவுபடுத்திக் காட்டும் உறுதியான ஒழுங்குகள் உள்ளன.

தற்செயலாக, மெகாலித் என்பது 'பெரும் கல்'லை [மைக்ரோலித் (சிறு கல்) என்பது எதிர்ச்சொல். இது தொல்லியலில் மற்றொரு முக்கிய சொல். மிகவும் சிறிய கற்கருவிகளை விவரிக்கப் பயன்படுத்தப்படுகிறது] குறிப்பிடும் கிரேக்க மொழிச் சொல்லாகும். பெருங்கல்லின் எளிய வடிவம் நின்று கொண்டிருக்கும் ஓர் ஒற்றைக் கல், ஆஸ்டிரிக்ஸ் சித்திரக் கதையில் ஓபெலிக்ஸ் தன் தலையில் சுமந்து சுற்றி வருவதைப் போன்றதொரு கல் – பிரான்ஸிலும் வேறு இடங்களிலும் அத்தகைய கல்லுக்குச் சரியான சொல் 'மென்ஹீர்' என்பதாகும். ஐரோப்பாவில் அத்தகைய மென்ஹீர்கள் சில நேரங்களில் இருக்கை நிரைகளாகவும் குழுக்களாகவும் அல்லது 'வரிசைகளாகவும்' அமைக்கப்பட்டிருக்கின்றன. பிரிட்டனிலோ குறிப்பாக அவை வட்டங்களாக அல்லது நீள்வட்டங்களாக அமைக்கப் பட்டுள்ளன. இவற்றில் பல வானவியல் ஒழுங்குகளைக் கொண்டிருப்பதாகக் கருதப்படுகின்றன. எனினும் அதனை உறுதிபடக் கூறுவது எப்போதும் சாத்தியமானதல்ல. ஏனெனில் வானில் பல விஷயங்கள் இருப்பதால் ஒழுங்காக அல்லது ஒழுங்கற்று இடப்பட்ட கற்களின் வட்டம் மிகவும் தற்செயலாக ஏதோ முக்கியமான ஒன்றைக் குறிக்கும் வகையில் ஒழுங்குபட அமைந்திருக்கலாம். எனினும், 1960களிலும் 1970களிலும் பல தொழில்முறை வானவியலார், வரலாற்றுக்கு முற்பட்ட காலகட்டத்தைச் சேர்ந்த மக்கள் பெருங்கல் கணினிகளை – எடுத்துக்காட்டாக ஸ்டோன்ஹெஞ் ஒரு பிரம்மாண்டமான, துல்லியமான கிரகணக் கணிப்பான்! – கட்டமைக்கும் அளவுக்கு

ஆழமான திறன்களைக் கொண்டிருந்தனர் என்பதை நிரூபிப்பதற் காக வடிவமைக்கப்பட்ட சிக்கலான கணக்குகளையும் விளங்காத மொழியையும் கொண்டு பெரிதும் எண்ணறிவற்ற தொல்லியல் உலகை அசத்தினர்.

இந்த அட்டூழியங்கள் அம்பலப்படுத்தப்பட்டதும் களம் மிகவும் பகுத்தறிவுகொண்ட மனங்களுக்குத் திறந்து விடப் பட்டது. படிப்படியாக சற்றே தயக்கத்துடனான ஒப்புதலாகப் பின்னர் மாற்றமுற்ற மிகப் பெரிய ஆரம்பநிலை சந்தேக மனப்பான்மைக்கு மத்தியில் இவர்கள், ஐரோப்பியக் கல் வட்டங் களில் பல, உண்மையில் தோராயமாக ஆனால் நோக்கத்துடனே வானவியல் நிகழ்வுகளுடன் ஒழுங்குபடுத்தப்பட்டிருக்கின்றன, அனேகமாக ஆண்டு விவரக் குறிப்பின் நோக்கங்களுக்காக, எனவே எப்போது பயிரிடுவது, எப்போது அறுவடை செய்வது என்று உழவர்கள் அறிந்துகொள்வார்கள் (அல்லது ராட்சதக் கல் ஆண்டுக்குறிப்பேடுகள் இல்லாமல் அவர்களால் இதனைச் செய்ய முடியும் என்று நாம் கருதிக்கொள்ள வேண்டுமா?) என்று நிரூபிப்பதற்காக நேரத்தையும் உழைப்பையும் ஏராளமாகச் செலவிட்டுள்ளனர்.

இக்கண்ணோட்டத்தை முன்மொழிந்தவர்களில் ஒருவரான ஸ்காட்லாந்துப் பொறியியலாளர் அலெக்ஸாண்டர் தாம், பிரிட்டன் கல் வட்டங்கள் குறித்த துல்லியமான வரைபடங் களையும் உருவாக்கியதோடு, அவற்றின் அமைப்புத் திட்டத்தில் ஒரு செந்தர அளவீட்டு அலகு – 'பெருங்கல் கஜம்' என்று அவரால் அழைக்கப்பட்டது, அல்லது 2.72 அடி - பயன்படுத்தப்பட்டிருந் ததாகவும் நம்பினார். இத்தகைய நினைவுச் சின்னங்களில் துல்லியமான அளவீடுகள் செய்வது கடினமாக இருந்தாலும் – இக்கற்கள் பல நேரங்களில் கரடுமுரடானதாகவும் ஒழுங்கற்ற வடிவம் கொண்டதாகவும் இருப்பதால் அளவு நாடாவின் முனையை எங்கே வைப்பதென்று உங்களுக்கு எப்படித் தெரியும்? – அனேகமாக ஒரு செந்தர அளவீடு பயன்படுத்தப் பட்டதென்று தற்போது பொதுவாக ஒப்புக்கொள்ளப்படுகிறது. எனினும், நினைவுச்சின்னங்களைக் கட்டியவர்கள் தங்கள் கற்களை அவற்றின் இடத்தில் வைப்பதற்கு மிகச் சிக்கலான கணிதத்தைவிடவும் மனிதக் காலடியையே பயன்படுத்தினார்கள் என்பதே மிகப் பொருத்தமான விளக்கமாகும்.

இன்றைய சமூகங்களில் போலவே, பழங்காலச் சமூகங் களிலும் மக்களும் அவர்கள் இடத்தில் உறுதியாக வைக்கப் பட்டார்கள். இதனை ஆட்சியாளர்களின் ராட்சதச் சிலைகளில் (ரஷ்மோர் மலை) தொடங்கி ஆடம்பரமான ஆடைகள் அல்லது உடல் அலங்காரம் (வடிவமைப்பாளர் விவரச்சீட்டுகள், வைரத் தோடுகள்) வரையிலும் உள்ள அதிகாரக் குறியீடுகள் மூலமாகக் காணலாம். இவை அனைத்தும் அடிப்படையில் பயனற்றவை யாக இருப்பினும் மேட்டுக்குடியினரால் மதிப்புமிக்கதாகக் கருதப்படுகின்றன. அரிய அல்லது மதிப்புமிக்க பொருள்கள் பொதுவாக இலவசமாகக் கொடுக்கப்படுகின்றன. அதே போல அழகாகத் தயாரிக்கப்பட்ட ஆனால் என்றும் அவற்றின் வெளிப் படையான நோக்கத்துக்காகப் பயன்படுத்தப்பட்டிருக்காத அழகுப் பொருள்களும் (எளிதில் நொறுங்கக்கூடிய கோடரிகள், வெண்கலத் தகட்டாலான கேடயங்கள், மிகவும் மெல்லிய கல் ஈட்டிமுனைகள்) இலவசமாகக் கொடுக்கப்படுபவையே. இத்தகைய மதிப்புமிக்க பொருள்களைக் கொண்டிருக்கும் கல்லறைகள் பணக்காரர்கள் மற்றும்/அல்லது செல்வாக்கானவர் களுடையவை என்று நம்பத்தக்க விதத்திலேயே விளக்கப்பட்டு, சமூகத்தில் நிலவிய படிநிலையைக் கோடிட்டுக் காட்டப் பயன் படலாம். ஆம், பெரிய நாகரிகங்கள் அனைத்தையும் சேர்ந்த புகழ் பெற்ற ஆட்சியாளர்களின் – வுர் மற்றும் டூட் அரசனில் தொடங்கி, சீனாவின் சுடுமண் படை மற்றும் பெருவின் சிபான் பிரபுக்கள் வரை – நம்ப முடியாத வகையில் பகட்டான கல்லறைகளும் இவற்றிலும் பிற கலாசாரங்களிலும் இருந்த மேட்டுக்குடி யினருடன் தொடர்புடைய கவர்ச்சிகரமான கலையும் கட்டிடக் கலையும்தான் மிகச் சிறந்த எடுத்துக்காட்டுகள். கடந்த காலத்தில் எதைப் பற்றியும் நாம் எப்போதும் நூறு சதவீத உறுதிகொள்ள முடியாது. எடுத்துக்காட்டாக செல்வத்தை அந்தஸ்துடன் எளிமை யாகப் பொருத்திப் பார்ப்பது (அனைத்திற்கும் மாறாக, நம்ப முடியாத வகையில் செல்வம் படைத்திருக்கும் இன்றைய சவூதி அரேபிய ஆட்சியாளர்கள் வெறுமனே புதைக்கப்பட்டார்கள்), ஆனால் மொத்தத்தில் செல்வவளம் வாய்ந்த கல்லறைகளில் புதைக்கப்பட்டிருப்பவர்கள் வாழ்க்கையிலும் வசதிபடைத்தவர் களாகவே இருந்திருப்பார்கள் என்று கருதுவதுதான் நியாய மானதாக இருக்கும் என்று தோன்றுகிறது. இறந்தவர்களுடன்

பொருள்களை வைப்பது மறுமையில் அவர்களுக்கு நம்பிக்கை இருந்ததைக் காட்டத் தேவையில்லை என்பதை அவசியம் இங்கே குறிப்பிட்டாக வேண்டும் - சில பண்பாடுகளில், இறந்து போனவரின் உடைமைகளைப் பயன்படுத்துவது ஒருவருக்கு துரதிர்ஷ்டத்தைக் கொண்டுவருகிறது என்ற நம்பிக்கை உள்ளது. எனவே இவை இறந்துபோனவருடன் புதைக்கப்படுகின்றன. எனினும், கல்லறையில் உணவை வைத்திருப்பது, அதில் உள்ளவர் இறப்புக்குப் பிறகு பரலோகத்தில் சிற்றுண்டியைச் சாப்பிடுவார் என்று எதிர்பார்க்கப்படுவதற்கான மிகத் தெளிவான அறிகுறிதான். இவ்வாறாக ஏதோ ஒரு வகையான சமய நம்பிக்கையையும் சுட்டிக் காட்டுகிறது. இது இறந்துபோன வருக்குத் துணையாக வேலைக்காரர்கள் இருப்பதற்கும் பொருந்தும். இவர்கள் தங்கள் பணிகளை என்றென்றைக்குமாக மறுமையிலும் தொடர வேண்டும் என்பதற்காக வேண்டு மென்றே கொல்லப்பட்டவர்கள் - உழைக்கும் மக்களுக்கு எல்லா விதத்திலும் இது ஒரு மிக மோசமான பேரம்.

இச்சமூகங்களில் சமயம் என்பது இதுவரை உள்ள நிலையைத் தொடர்ந்து நீட்டிப்பதற்கான மற்றொரு வழிவகையாகவே பல நேரங்களில் பயன்படுத்தப்படுகிறது. ஆனால் தொல்லியல் கூறு களில் இதனைக் கண்டுகொள்வது ஒரு சுலபமான பணியாக எப்போதும் இருந்ததில்லை. குறிப்பாக இது அன்றாட நட வடிக்கைகளில் பதிந்திருக்கும்போது. எனினும், நாடுவதற்குப் பல வெளிப்படையான குறிப்புகள் உள்ளன - புனித நிகழ்ச்சி களுக்காக ஒதுக்கப்பட்ட ஒரு விசேஷக் கட்டிடம், பலிபீடங்கள் போன்ற விசேஷமாகப் பொருத்தப்பட்ட பொருள்கள், சேகண்டிகள், மணிகள், விளக்குகள் போன்ற சடங்குப் பொருள்கள். சடங்கு களில் பல சமயங்களில் தண்ணீர் தொடர்புடையது, எனவே குளங்களும் நீர்நிலைகளும் சிறப்புக்குரியவையாக இருக்கலாம்; விலங்குகளை அல்லது மனிதர்களைப் பலியிடுதல் கடைப் பிடிக்கப்படலாம். ஒரு வழிபாட்டுச் செயலாக (நம் கண்களுக்கு) தோன்றக்கூடியதில் மக்கள் சித்திரிக்கப்பட்டுள்ளவற்றுடன் சேர்த்து வழிபாட்டு மரபுப் படிமங்களும் குறியீடுகளும் வெளிப் படையானவையாக இருக்கலாம், நேர்த்திப் படையல்களாக உணவோ அல்லது பொருள்களோ (பல நேரங்களில் உடைந்தவை அல்லது மறைத்து வைக்கப்பட்டுள்ளவை) காணப்படலாம்.

இறுதியாக, முக்கியமான சமயக் கட்டிடங்கள் அல்லது மையங்கள் பல நேரங்களில் உள்ளடக்கத்திலும் அலங்காரத்திலும் பெரும் செல்வத்துடன் தொடர்புடையவை.

இப்பொருள்கள் எதுவும் தானாகவே நமக்கு அதிகம் தெரிவிக்காது, ஆனால் தனித்ததொரு தொல்லியல் பின்புலத்தில் அவற்றில் பல ஒன்றாகவே காணப்பட்டால், அப்போது வழிபாட்டு மரபின் பயன்பாட்டுடன் தொடர்புடையதாக இச்சான்று களை விளக்குவதில் நியாயமான முறையில் உறுதியான அடித்தளத்தின் மீது அறிவுசார் தொல்லியலார் நிற்கிறார். இது விசேஷ சூழ்நிலைகளில் கிடைக்கப்பெற்ற விலைமதிப்புமிக்க பொருள்களின் முழுத் தொகுப்புகளுக்கும் பொருந்துகிறது. எடுத்துக்காட்டாக தேம்ஸ் நதியில் எறியப்பட்ட இரும்புக் கால ஆயுதங்கள், அல்லது ஸ்காண்டிநேவிய சதுப்பு நிலங்களில் கிடைத்த உலோக வேலைப்பாட்டுப் பொருள்களின் பெரும் குவியல்கள், அல்லது சிஷென் இட்ஸாவில் செனோட்டினுள் (கிணறு) மாயா நாகரிக மக்களால் பெரும் அளவுகளில் எறியப் பட்ட குறியீட்டு முக்கியத்துவமும் நிறைந்த பொருள்கள் (மற்றும் மக்கள்) போன்றவை. கோட்பாட்டளவில் சாத்தியமானதே எனினும், இப்பொருள்கள் அனைத்தும் சடங்கு ரீதியாக நீரில் போடப்பட்டன என்பதைவிடவும் கவனமின்மையாலேயே கடலுக்கு வந்து சேர்ந்தன என்பது சாத்தியமல்ல.

எனவே, மொத்தத்தில் இப்புவியிலிருந்து வெகு காலத் திற்கு முன்பே மறைந்துவிட்ட மனங்களைப் பற்றி சில செல்லு படியாகக் கூடிய மதிப்பீடுகளை அறிவுசார் தொல்லியல் செய்யலாம். எனினும், மற்ற பிரிவுகளில் இதற்கு மிகப்பெரிய நம்பிக்கை தேவைப்படுகிறது, பொருளை மனம் வெற்றி கொள்வது தேவையாயிருக்கிறது. மிகச் சிறப்பான நிலையில், அது வரலாற்று அல்லது நவீனத் தகவல்களின் – குறிப்பாக வெற்றி வீரர்கள் அல்லது ஆரம்பகால மதபோதகர்கள் மற்றும் குடியேற்ற நாடு அமைத்தவர்களின் அறிக்கைகளிலிருந்து கிடைத்தவை – அடிப்படையில் அல்லது பொருள் எச்சங்களி லிருந்தே கவனமாகச் செய்யப்பட்ட அனுமானங்களின் அடிப் படையில் அது ஊக்கமூட்டும் கருதுகோளை வழங்குகிறது. எனினும், மிக மோசமான நிலையில் அது விருப்ப நம்பிக்கையால் நிரம்பியிருக்கிறது. குறிப்பாக வரலாற்றுக்கு முற்பட்ட காலக்

கலையை விளக்கும் முயற்சிகளைப் பொருத்தவரையில்: அது 'மிகக் கவனமாக அமைக்கப்பட்ட கதைகளை', பொருள் எச்சங்களை விளக்குவதற்காக யோசிக்கப்பட்ட கதைகளை வழங்குகிறது. அவற்றினூடாக சம்பந்தப்பட்ட கதாசிரியர்கள் தங்களைக் குலைந்துபோன நாவலாசிரியர்களாக வெளிப்படுத்திக் கொள்கிறார்கள்.

இயல் 6

குடியிருப்பும் சமூகமும்

மனிதர்கள் எப்போதும் சாணக்குவியல்களிலிருந்து மாளிகைகள் வரை பல்வேறு வகையான இடங்களில் வாழ்ந்து வந்திருக் கிறார்கள். எவ்வகையான குடியிருப்பில் மக்கள் குடியிருந்தார்கள் என்று தீர்மானிப்பது தொல்லியலில் ஒரு முக்கியமான அம்சம். இந்த அடிப்படைத் தகவலைக் கண்டறிந்த பிறகே அவர்கள் வாழ்ந்த சமூக வகை தொடர்பான மிகச் சிக்கலான கேள்வி களுக்கு நாம் செல்ல முடியும்.

தொல்லியலாளரின் பார்வையில் மிகச் சரியாக 'இடம்' என்பது என்ன? அடிப்படையில் நிலத்தில் மனித நடவடிக்கையின், அல்லது தொல்லியலாளர் மனித நடவடிக்கை என்று நம்பக் கூடியதன் கண்டுபிடிக்கக்கூடிய தடயங்களைக் கொண்ட எந்த ஒரு பகுதியும் இடமே. எனவே நீங்கள் ஒரு யூத நிலத்தில் சக்கி முக்கிக்கல் கருவிகளையோ, அல்லது சஹாராவில் கற்கோடரி களையோ கண்டறிந்தால் அப்பகுதி தானாகவே ஓர் இடமாகி விடுகிறது. ஆம், எல்லா இடங்களும் குடியிருப்புகளல்ல – எடுத்துக்காட்டாக அவை இறைச்சி வெட்டும் இடங்களாகவோ, அல்லது மூலப் பொருள்களுக்கான கற்சுரங்கங்களாகவோ, அல்லது பாறைக் கலைக் களங்களாகவோ, அல்லது அவ்வப்போது வழிபாடு நடைபெறும் புனிதமான இடங்களாகவோ இருக்கலாம். குடியிருப்புகள், தாற்காலிகமானவைகூட, வேறுபடுத்திக் காட்டக்கூடிய எச்சங்களின் தொகுப்பைக் கொண்டிருப்பதாக உள்ளன: கலைப் பொருள்கள் மட்டுமல்லாது, 'சிறப்புக்கூறுகள்' (அதாவது எடுத்துச்செல்ல இயலாத கூறுகள்), கட்டமைப்புகள், மற்றும் கனிம மற்றும் சுற்றுச்சூழல் எச்சங்களும்கூட. குறிப்பாக,

ஒரு கணப்பு அடுப்பைக் கண்டறிய பொதுவாக எதிர்பார்ப்போம் – எப்படியிருந்தாலும், அடுப்படி இருக்கும் இடமே வீடாகும்.

சில மணி நேரம் மட்டுமே நீடித்த குறுகிய வாசத்தைக் குறிப்பிடும் கலைப் பொருள்களின் சிறு சிதறல்களிலிருந்து அண்மைக் கிழக்கு நாடுகளில் மிகப்பெரிய 'தெல்ஸ்' அல்லது மண்மேடுகள் வரையில் பல்வேறு குடியிருப்பு இடங்கள் உள்ளன. அண்மைக் கிழக்கு நாடுகளில் அடுத்தடுத்த காலகட்டங் களைச் சேர்ந்த பேரூர்களின் அல்லது நகரங்களின் எச்சங்கள் ஒன்றன்மீது ஒன்றாகப் படிந்து ஆயிரக்கணக்கான ஆண்டுகளைக் அளாவியிருக்கின்றன. பொருள்களைப் பற்றிய சரியான கேள்வி களைக் கேட்பதற்கும், அவற்றிற்குப் பதிலளிக்க வழிவகை களை உருவாக்குவதற்கும் அச்சமூகத்தின் அளவு அல்லது அளவுகோல் என்ன என்றும் அதன் உட்புற அமைப்புமுறை என்ன என்றும் நாம் மதிப்பிட வேண்டும். ஒரு முற்கால வேட்டையாடி – சேகரிப்பாளர் முகாமில் சிக்கலான மையப்படுத்தப்பட்ட சமூக அமைப்பிற்கான அறிகுறிகளைத் தேடுவதில் எந்த அர்த்தமும் இல்லை! எனவே தனிப்பட்ட இடங்களையும் அவற்றுக்கிடையிலான உறவுகளையும் அதாவது 'குடியேற்றப் பாங்கை'யும் ஆராய்வதே முதல் படியாகத் தேவைப்படுகிறது.

எளிமையின் பொருட்டும், பெரும் தகவல் குவியலைச் சமாளிக்கக்கூடியதாக ஆக்குவதற்காகவும் தொல்லியலாளர்கள் தங்கள் தரவுகளைப் பல்வேறு வகைகளாகப் பிரிக்க விரும்பு கிறார்கள். காலநிரலை (இயல் 2) பொருத்தவரையில் தொடக்க காலம்/இடைக்காலம்/பிற்காலம் அல்லது கீழ்/இடை/மேல் போன்ற முப்பகுதி அமைப்புகளை நாடுபவர்களாக இருக் கிறார்கள். எனினும், சமூகங்களுக்கு நான்கு பிரிவுகளைக் கொண்ட வகைப்பாடு பயன்படுத்தப்படுகிறது. ஒவ்வொரு பிரிவும் குறிப்பிட்ட வகையான இடங்கள் மற்றும் குடியேற்றப் பாங்குடன் தொடர்புடையது. இவற்றுக்கான பெயர்களும் அனைத்துத் தொல்லியல் சொற்கள் போலவே – எடுத்துக்காட்டாக, 'கைக்கோடரி,' 'முதற் பழங்கற்காலம்', 'நியாண்டர்தால்', 'கிரேக்கக் குடுவை', 'வெண்கல ஊழி மக்கள்' அல்லது எதுவாயினும் – விளக்கமானவை, தாற்காலிகமாய் ஏற்கப் பட்டவை, யதார்த்தத்தில் எவ்வித அடிப்படையும் இல்லாமல் முழுவதும் செயற்கையானவை; ஆனால் இவையும்கூட நீங்கள்

எந்த காலகட்டத்தைப் பற்றி, அல்லது எவ்வகைப் பொருளைப் பற்றி, அல்லது எவ்விதமான சமூகத்தைப் பற்றிக் குறிப்பிடு கிறீர்கள் எனப் பிற தொல்லியலார் அறிந்துகொள்ளும் வகையில் வசதியான சுருக்கெழுத்தாகப் பயன்படுகின்றன.

நான்கு மிகப் பரந்த வகைகள் உள்ளன: குழாம்கள், கூறாக்கச் சமூகங்கள் (‘குலமரபுக் குழு’ என்று சில நேரங்களில் அழைக்கப் படுபவை), தலைமையுரிமை அரசுகள். தொல்லியலின் கால வரிசைப் பிரிவுகளைப் போலவே இவையும் ஒரு தொடர்ச்சியில் தொடர்பின்றிக் கொள்ளப்பட்ட கூறுகளே. சில கூறுகள் மற்ற வற்றுக்குமுன் தோன்றுவதால் பல நேரங்களில் ஒரு பண்பாட்டை அடுத்து வருவதற்கு ஒதுக்குவதற்கு அல்லாமல் முன்னால் கொண்டு செல்வது மிகவும் கடினம். பனியுகத்தில், யாரும் ‘இடைப் பழங்கற்காலம் எனக்கு அலுத்துவிட்டது. முதற் பழங்கற்காலத்தை நாம் தொடங்க இதுதான் சரியான நேரம் இல்லையா?’ என்று சொல்லியிருக்க மாட்டார்கள். இதுபோல் ஒரு பழங்கால உழவர் அக்கம்பக்கத்திலுள்ளவர்களிடம் பின் வருமாறு கூறுவதாகக் கற்பனை செய்துகொள்வதும் கடினம்தான்: ‘அடுத்த பௌர்ணமியிலிருந்து தலைவரின் அதிகாரங்களை மேற்கொண்டு, நமது சொகுசான, சிறிய, கூறாக்கச் சமூகத்தை முன்னேற்றத்தின் முன்னணியில் உள்ள ஒரு நவீன, முந்திச் செல்கிற தலைமையுரிமையாக மாற்ற எண்ணுகிறேன்.’

1.வேடர்கள், சேகரிப்பாளர்கள், மீனவர்கள் போன்ற சிறிய அளவிலான சமூகங்களையே குழாம்கள் குறிக்கின்றன. இவை பொதுவாக 100க்கும் குறைவாகவே ஆட்களைக் கொண்டி ருக்கும். அவர்கள் பல நேரங்களில் பருவகாலங்களை ஒட்டியே சுற்றித்திரிந்து, காட்டு வளங்களை முதன்மையாக அல்லது பிரத்யேகமாகப் பயன்படுத்திப் பிழைக்கிறார்கள். எனவே அவர்களது இடங்கள், கொல்லப்படும் அல்லது இறைச்சி வெட்டப்படும் இடங்கள் போன்ற சிறிய விசேஷ நடவடிக்கைத் துறைகளை அல்லது பெரும்பாலும் கல்லாலான கருவிகளைச் செய்வதற்கான தொழிற்கூடங்கள் ஆகியவை அந்தந்த கால கட்டத்தில் குடியிருக்கப்படும் இடங்களாக இருந்தன.

தங்கள் சுற்றுப்புறங்களைப் பொருத்து, அவர்கள் குகை நுழைவாயில்களில் அல்லது பாறை மறைவிடங்களில் வாழ்

கிறார்கள் அல்லது மரம், எலும்பு அல்லது தோல் போன்ற கரிமப் பொருள்களாலான தாற்காலிகக் குடியிருப்புகளைக் கட்டிக்கொள்கிறார்கள். பொதுவாகத் தாற்காலிக அல்லது சிறப்பு இடங்களைவிட ஆதார முகாம்கள் மிகவும் செறிவானவையாக விளங்கின. இவ்வகையான குடியிருப்பு, பழைய உலகத்தின் பழங்கற்காலத்துடனும் புது உலகத்தின் பழைமை-இந்திய காலத்துடனும் தொடர்புடையது.

2. குலமரபுக் குழுக்கள் குழாம்களைவிடப் பெரியவை, சில ஆயிரம் மக்கள் வரை கொண்டவை, அவர்கள் நிலையான வாழ்க்கை முறையை மேற்கொண்ட உழவர்களாக இருக்கிறார்கள். எனினும் அவர்களில் சிலர் நிலையற்றப் பொருளாதாரத்தைக் கொண்ட ஆயர்கள். இரு வகையிலும், அவர்களது வாழ்க்கை முதன்மையாகப் பயிற்றப்பட்ட வள ஆதாரங்கள், தாவரங்கள், மற்றும்/அல்லது விலங்குகளை அடிப்படையாகக் கொண்டிருக் கிறது. அவர்கள் நிலையான விவசாயப் பண்ணைகள் அல்லது கிராமங்களில் குடியிருக்கிறார்கள். அவை ஒன்றுசேர்ந்து ஒத்த அளவிலான, சமமான இடைவெளி கொண்ட ஒரு குடியிருப்புப் பாங்கை அமைக்கின்றன – அதாவது, ஆதிக்கம் செலுத்துவதாகத் தோன்றும் எந்தக் குடியிருப்பும் இல்லை. இவ்வகையான அமைப்புமுறை, பழைய உலகம் மற்றும் புதிய உலகம் ஆகிய இரண்டிலும் முதல் உழவர்களுடன் தொடர்புடையது.

3. கடைப் பனியுகத்தைச் சார்ந்த பணக்காரக் கல்லறைகள் சில கண்டுபிடிக்கப்பட்டிருப்பினும், தலைமையுரிமைச் சமூகங் களில்தான் – 5,000 முதல் 20,000 மக்களைக் கொண்டவை – பல்வேறு சமூக அந்தஸ்துகளின் முதல் உண்மையான அறிகுறிகள் தெளிவாயின. இவை படிநிலை முறையை அடிப்படையாகக் கொண்டிருக்கின்றன. ஒருவர் தலைவருடன் எந்த அளவு நெருக்கம் கொண்டுள்ளார் என்பதைப் பொருத்து கௌரவம் தீர்மானிக்கப்படுவதால் உண்மையான வர்க்கக் கட்டமைப்பு என்று எதுவும் இதுவரை இல்லை. தலைவர்தான் முழு அமைப்பின் கடையாணி. அவர் கைவினை நிபுணர்களை நியமிக் கிறார். குறிப்பிட்ட காலத்துக்கு ஒருமுறை தனக்கு அளிக்கப் படும் கைவினைப் பொருள்களையும் உணவுப்பொருள்களை யும் தன்னுடன் இருப்பவர்களுக்கும் குடிமக்களுக்கும் மறு விநியோகம் செய்கிறார் (பொதுவாக ஓர் ஆண்தான் தலைவர்.)

இயல்பாகவே, தலைவர்களும் அவர்களது உறவினர்கள் அல்லது நெருங்கிய நண்பர்களும் மிக ஆடம்பரமான கல்லறைப் பொருள் களுடன் அவர்களது கல்லறையில் புதைக்கப்பட்டுள்ளனர்.

தலைமையுரிமைச் சமூகங்கள் பொதுவாக கோவில்கள், முதன்மையாகக் குடியிருப்புகள், மற்றும் கைவினை நிபுணர் களுடன் ஓர் அதிகார மையத்தைக் கொண்டுள்ளன. சடங்கு களுக்காக வடிவமைக்கப்பட்ட இந்த நிரந்தர 'ஆசார மையம்' மக்களின் முக்கிய குவிமையம், ஆனால் இது அதிகார வர்க்கத் துடனான ஒரு நகரமல்ல: அவை நான்காவது மற்றும் கடைசிக் கட்டத்துடன் தொடர்புடைய கூறுகள்.

4. தலைமையுரிமைச் சமூகங்களைத் தொடக்ககால அரசுகளி லிருந்து வேறுபடுத்திப் பார்ப்பது கடினம், ஆனால் ஆட்சியாளர் (தற்போது அரசர் அல்லது அரசி, சில நேரங்களில் தெய்வ மாக்கப்பட்டவர்கள்) சட்டங்களை ஏற்படுத்தவும் படையின் துணையோடு அவற்றை நடைமுறைப்படுத்தவும் தற்போது அதிகாரம் கொண்டுள்ளார். பண்ணைத் தொழிலாளர்களும் ஏழை நகரவாசிகளும் கீழ்நிலையிலும், கைவினைஞர்கள் இடையிலும், மதகுருக்களும் ஆட்சியாளர்களின் உறவினர்களும் மேல்நிலையிலுமாக சமூகம் தற்போது பல்வேறு வர்க்கங் களாக அடுக்கடுக்காக அமைவிக்கப்பட்டுள்ளது. ஆம், வரிகள் செலுத்தப்படுகின்றன (வாழ்க்கையின் மத்தியில் நாம் கடன் பட்டிருக்கிறோம்), எனவே இத்தகைய விஷயங்களை நிர்வகிப் பதற்குத் தவிர்க்க முடியாத வகையில் மத்திய தலைநகரத்தில் ஒரு அதிகார வர்க்கம் தேவைப்படுகிறது. திறையையும் வருவாயையும் அரசாங்கத்திற்கும், படைக்கும், கைவினைஞர்களுக்கும் மறு விநியோகம் செய்தல் எனும் சிக்கலான நடைமுறை முக்கிய கூறுகளில் ஒன்று.

தொல்லியல் ரீதியாக, நகரக் குடியிருப்புப் பாங்கை நாம் அடையாளம் கண்டறியலாம். இதில் நகரங்கள் முக்கியமான பங்கை ஆற்றுகின்றன – பொதுவாக நகரம் என்பது பெரிய பொதுக் கட்டிடங்களையும் கோவில்களையும் கொண்ட, 5000-க்கு மேற்பட்ட குடியிருப்பாளர்களைக் கொண்ட பெரும் குடியேற்ற மையம். துணை மையங்கள் மற்றும் சிறு கிராமங்கள் கொண்ட, கட்டமைப்பின் மையத்தில் தலைநகரத்தைக் கொண்டிருக்கும்

ஒரு குடியிருப்புப் படிநிலையைப் பல நேரங்களில் நாம் கண்டுகொள்ளலாம்.

தொல்லியலார் வழக்கமாகக் குடியிருப்புப் பாங்கு பற்றிய தகவல்களை ஒரு பகுதியில் ஆண்டாண்டு காலமாக ஏற்கெனவே காணப்படுவனவற்றைப் பற்றிய ஒரு முழுமையான ஆய்வின் மூலம் பெறுகிறார்கள். எனினும், புது இடத்தில், அல்லது உண்மையிலேயே ஒரு முழுமையான சித்திரம் தேவைப்படும் ஒரு பிரதேசத்தில் ஒரு கணக்கெடுப்பிலிருந்து தீர்வு கிடைக்கிறது. அதாவது மேற்பரப்பில் காணப்படும் தொல்லியல் சுவடுகள் அனைத்தையும் பதிவு செய்வதற்காக (பொதுவாக நீண்டகாலமாக அவதிப்படும் மாணவர்கள் அல்லது தன்னார்வலர்கள் கொண்ட) ஒரு குழுவால் முறைப்படி நடக்கப்பட்ட ஒரு பிரதேசத்தை (அல்லது அதன் அளவு மிதமிஞ்சியதாக இருந்தால் அல்லது காலமும் நிதியும் போதுமானதாக இல்லாவிட்டால், அதனைப் பிரதிநிதித்துவப்படுத்தும் ஒரு மாதிரியை) கொண்டிருப்பது. மூலப்பொருள்களின் செறிவுகளும், அவற்றின் வகைகளும் சம்பந்தப்பட்ட இடங்களின் வகைகள், அவற்றின் அளவு, கால அளவு, மற்றும் எண்ணிக்கை பற்றி – சிலவற்றின் விஷயத்தில், குடியிருப்புகளின் படிநிலை பற்றி ஓரளவு சுட்டிக்காட்டுகின்றன. அவற்றுக்கு மண்டல மையம், உள்ளூர் மையம், கிராமம், குக்கிராமம், வீடுசூழ்பண்ணை, ஆதார முகாம், அல்லது விசேஷ நடவடிக்கைப் பகுதி போன்ற தாற்காலிகப் பெயர்கள் அளிக்கப்படலாம்.

சில தொல்லியலார் இந்த அணுகுமுறையை முழு நிலப் பகுதியையும் உள்ளடக்கும் விதத்தில் நீட்டித்திருக்கிறார்கள். அவர்களைப் பொருத்தவரையில் குறிப்பாக இடம் விட்டு இடம் பெயரக்கூடிய குழுக்களின் விஷயத்தில், ஒரு தனிப்பட்ட இடத்தையோ, அல்லது தொடர்ச்சியான பல இடங்களையோ கண்டுபிடிப்பது போதுமானதல்ல. 'கைவிடப்பட்ட இட'த் (ஆஃப்-சைட்) தொல்லியல் அல்லது 'தகுதியற்ற இட'த் (நான்-சைட்) தொல்லியல் [இரக்கமற்ற நாக்குகள் இவற்றை 'தொலைப் பகுதி' (ஆஃப்-சைடு) தொல்லியல் மற்றும் 'மூட'த் (நான்-சென்ஸ்) தொல்லியல் என்று குறிப்பிடுவதாகவும் தெரிய வந்துள்ளது] என்று அறியப்படுவதிலும் ஈடுபடுகிறார்கள்; வேடர்கள்-சேகரிப்பாளர்கள் முழு நிலப்பகுதிகளில் சுற்றி வந்து

அவற்றைப் பயன்படுத்திப் பிழைக்கிறார்கள். அவ்விடம் முழுவதிலும் தொல்லியல் அரும் பொருள்களைப் பயன்படுத்தி, அவற்றை விட்டுச்செல்கிறார்கள் என்ற மிக வெளிப்படையான உண்மையை வலியுறுத்துவதற்காக அடையாளம் கண்டுகொள்ளக் கூடிய இடங்களுக்கிடையே கிடைக்கக்கூடிய தொன்மை அரும் பொருள்களின் – 10 மீட்டர் சதுரத்துக்குள் ஒன்று அல்லது இரண்டு மட்டும் – அருகலான சிதறல்களைத் தேடுகிறார்கள்.

இயல்பாகவே, குடியேற்றம் மற்றும் சமூகத்தை மதிப்பிடும் பணி, எழுத்து ஆவணங்கள் அல்லது நிலப்படங்கள் உள்ள காலகட்டங்களுக்கும் பண்பாடுகளுக்கும் மிகவும் சுலபமானது – சமூகம் மற்றும் குடி யேற்றத்தைப் பற்றி நாம் எழுப்பும் கேள்விகளில் பலவற்றுக்கு இவை விடையளிக்கலாம். எடுத்துக்காட்டாக, பல்வேறு இடங்கள் மற்றும் பிரதேசங்களுக்கிடையே உள்ள உறவுமுறைகள், பொருளாதார அம்சங்கள் – அரசுப் பதவிகள், வணிக நடவடிக்கைகள் –மற்றும் சட்டங்கள், அரச ஆணைகள், மற்றும் பொது அறிவிப்புகளை எடுத்துரைக்கும் பழங்காலத் தகட்டுப் பாளங்கள் அல்லது ஆவணங்கள் அண்மைக் கிழக்கு நாடுகளிலிருந்தும், எகிப்திலிருந்தும், சீனாவிலிருந்தும், ஈஜியன் கடற்பகுதியிலிருந்தும் செவ்வியல் உலகத்திலிருந்தும் நமக்குக் கிடைத்துள்ளன. எடுத்துக்காட்டாக, மெசபொடேமியாவின் சுமேரியச் சமூகத்தின் கோவில்களிலிருந்து வயல்களை, அவற்றில் அறுவடை செய்யப்பட்ட பயிர்களை, கைவினைஞர்களை, தானியம் மற்றும் கால்நடைகள் போன்ற பொருள்கள் தொடர்பாக நடைபெற்ற வணிகங்களைப் பட்டியலிடும் நூற்றுக் கணக் கான தகட்டுப் பாளங்கள் நமக்குக் கிடைத்துள்ளன. அதிகார வர்க்கத்தினர் ஆவணங்களைப் பராமரிப்பதில் எப்போதுமே விடாப்பிடியாக இருந்திருக்கின்றனர்.

அளவுகோலின் மற்றொரு முனையில், நாடோடிக் குழுக்களால் விட்டுச்செல்லப்பட்ட இடங்களில் கிடைக்கும் ஒரே சான்று தொல்லியல் சான்றுதான். ஒரு குகையின் சுவர்களால் அல்லது பாறை மறைவிடத்தால் வரையறுக்கப்பட்ட வாழும் பகுதிகளில் குடியிருப்புப் படிவுகள் ஆழமானதாக, பல நூற்றாண்டுகளாக அல்லது பல ஆயிரமாண்டுகளாகக்கூட சிறிதுசிறிதாகச் சேர்ந் திருக்கலாம். எனவே அகழாய்வு முதன்மையாக செங்குத்தான அம்சத்தில் – மேன்மேலடுக்கப்பட்ட அடுக்குகள் மற்றும்

ஸ்டோன் ஹெஞ், வில்ட்ஷயர்

அவற்றில் அடங்கியிருப்பவை எவ்வாறு காலத்தினூடாக மாறு கின்றன – கவனம் செலுத்த வேண்டியிருக்கிறது. மற்றொருபுறம், வேடர்கள் – சேகரிப்பாளர்களால் விட்டுச்செல்லப்பட்ட திறந்த வெளி இடங்கள் அவ்வளவாக ஆழமாக இல்லாத மண்ணடுக்கு களின் தொகுதியுடன் மிகக் குறைவான முக்கியத்துவம் கொண்ட வையாக இருக்கின்றன. எனவே இங்கு கிடைமட்ட அம்சம் தான் கவனத்திற்கு உரியது. கணப்படுப்புகள், இதர கூறுகள், மற்றும் பயன்பாட்டுப் பொருள்குவியல்களின் விநியோகத்தைத் தேடிக் கண்டுபிடிக்கிறது.

மிக அரிதாக ஓரிடத்தில் ஒரு குறுகியகால ஊரிருக்கையைக் கண்டறிந்தால் அக்காலகட்டத்தின், பயன்பாட்டுப் பொருள்களின் இட அமைவு, கருவிகள் தயாரிப்பின்போது உண்டாகும் கழி பொருள்கள், விலங்கு எலும்புகள், இன்னபிறவற்றின் உதவியால் மிகச் சரியாக மக்கள் எங்கே, என்ன செய்தார்கள் என்று சில புரிதல்களை அடைவதும் சாத்தியமே. எனினும், பெரும்பாலான இடங்களில் ஒற்றையான, குறுகிய குடியேற்றங்களை நாம் வேறு படுத்திக் கண்டறிய முடியாது. அதற்கு மாறாக குறுகிய காலம் முதல் நீண்ட காலம் வரையிலான காலகட்டங்களில் அந்த இடத்தில் மீண்டும் மீண்டும் நடைபெற்ற நடவடிக்கைகளாலும்,

லத்தீன் குடியிருப்பா?
நீ அதில்தான் இருக்கிறாய், நண்பா!

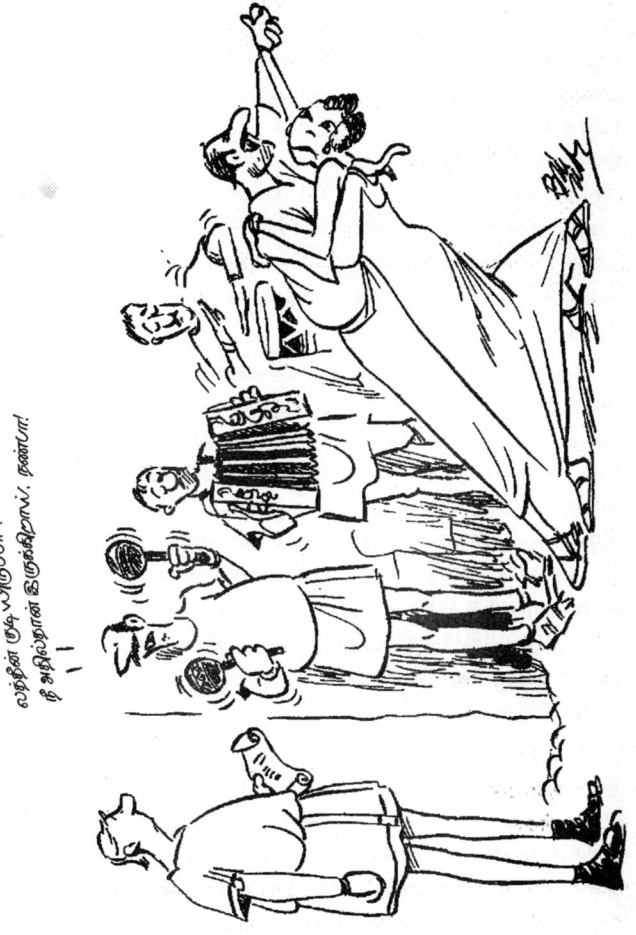

பிற விலங்குகளைக் கொன்று தின்ற விலங்குகளின் பங்களிப் பாலும் திரண்ட சான்றுகளை அகழாய்வாளர்கள் மீட்கின்றனர். எனினும், இதனால் தொல்லியலார், விருப்ப நம்பிக்கைக்குப் பெயர் பெற்ற அவர்கள் அதனைப் பயன்படுத்துவதையும், இப்பொருள்களை பாம்பீ நகரம் அல்லது ஒரு கப்பல் விபத்தைப் போல, காலத்தால் உறைந்துபோன ஓர் ஒற்றைக் கணத்திலிருந்து கிடைக்கப் பெற்றவையாக விளக்குவதையும் நிறுத்திவிட வில்லை. உண்மையில் இது பிற்காலத்தைச் சேர்ந்த இடங் களுக்கும் பொருந்தும்; இந்த (நம்ப முடியாத வகையில் துண்டுதுண்டான, அரைகுறையான) சான்றுகளை உருவாக்கிய செயல்முறைகள் பெரிதும் சிக்கலானவை, பொதுவாக மிகவும் படிப்படியானவை என்று தொல்லியலார் அறிந்திருந்தாலும் தாங்கள் கண்டவற்றின் இருப்பையும் அமைப்பையும் எளிய மொழியில் விளக்குவதற்காகக் கதைகள் உருவாக்குவதை அவர்கள் விரும்புகிறார்கள்.

கூறாக்கச் சமூகங்களில், இடங்களைத் தேர்ந்தெடுப்பதையும் அவற்றின் பரப்பு, அமைப்பு ஆகியவற்றையும் களஆய்வும் அகழாய்வுமே தீர்மானிக்கின்றன. பொதுவாக, ஒரு கிராமத்தில், சில கட்டிடங்கள் முழுமையாக அகழ்ந்தெடுக்கப்படும். மாறுபாட்டின் பரப்பைப் பற்றி ஓரளவு அறிந்துகொள்வதற்குப் பிறவற்றிலிருந்து மாதிரி எடுக்கப்படுகின்றது. அவை அனைத்தும் ஒரே மாதிரியான குடியிருப்புகளா, அல்லது மேலும் விசேஷமான கட்டிடங்கள் உள்ளனவா? வீடுகளிலும் சமையல், உறங்குதல், சாப்பிடுதல் போன்றவற்றுக்கான பகுதிகளையும் அனேகமாக ஆண்களும் பெண்களும் பயன்படுத்திய பகுதிகளையும் கண்ட றிவது சாத்தியமாக இருக்கலாம்.

உரிமையாகப் பெறப்பட்ட அந்தஸ்திலிருந்து சாதித்த அந்தஸ்தை வேறுபடுத்திக் காண்பது எப்போதும் சுலபமான தல்ல என்றாலும், ஈமப் பொருள்கள் அல்லது சமாதிகளில் அலங்காரத்தின் அளவு பற்றிய ஆய்வு, கூறாக்கச் சமூகங்களில் சமூக அந்தஸ்தில் தொடக்க நிலை வேறுபாடுகளைப் பற்றி பெரிதும் தெரியப்படுத்தலாம். எனினும், பெரும் செல்வத்துடன் குழந்தைகள் புதைக்கப்பட்டார்களானால், அவர்கள் அதனைத் தாங்களாக அடையாமல் சொத்தாகப் பெற்றார்கள் என்பதே நியாயமான ஊகமாக இருக்கும்.

இச்சமூகங்கள் பற்றிய தகவல்களுக்கு மற்றொரு முக்கிய ஆதாரம் அவற்றின் பொது நினைவுச்சின்னங்கள் – புதிய கற்கால பிரிட்டனின் மேட்டுப்பாதை அமைக்கப்பட்ட வேலியடைப்புகள் மற்றும் மண்ணாலான கல்லறை மேடுகள். முதல் உழவர்கள் தோன்றிய இக்காலகட்டத்திற்கு, தொடர்ச்சியான உழவு காரண மாகவும் மண் அரிப்பாலும் பெரும்பாலான குடியேற்றங்களை நாம் இழந்துவிட்டோம் – மொத்தத்தில், ஒரு சில குப்பைக் குழிகளே அல்லது மரக் கம்பங்களிலிருந்து பொந்துகளே கண்டறியப்பட்டன –ஆனாலும் நினைவுச்சின்னங்களின் அளவு மற்றும் விநியோகத்தை ஆய்வு செய்வதன் மூலம் அவர்களது சமூகத்தின் குறிப்பிட்ட அம்சங்களைப் பற்றி சில உள்நோக்கு களை நாம் அடையலாம். எடுத்துக்காட்டாக, சமூகக் கல்லறை மேடுகளின் (நீண்ட புதை மேடுகள்) இடையே நடுவழியில் வரையப்பட்ட கோடுகள் நிலக் காட்சியை ஏறக்குறைய சமமான பிரதேசங்களாகப் பிரிக்கின்றன. இதன் மூலம் ஒவ்வொரு நினைவுச்சின்னமும் சமூக நடவடிக்கைகளுக்கான ஒரு குவி மையமாகவும், அதனைச் சுற்றியிருந்த பிரதேசத்தில் குடியிருந்த விவசாயச் சமூகத்தின் பிரதான புதைக்குமிடமாகவும் இருந்தது எனத் தெரிவிக்கிறது. இந்த நீண்ட மண் மேடுகளில் ஒன்றைக் கட்டுவதற்கு 20 ஆட்கள் கொண்ட ஒரு குழுவுக்கு 50 நாட்கள் தேவைப்பட்டிருக்கும் என கணக்கிடப்பட்டுள்ளது. இவை சமத்துவ சமூகங்களுக்குப் பயன்பட்டதாகத் தோன்றுகிறது. மற்றொரு புறம், இந்த வேலியடைப்புகள் (பொது மையம் கொண்ட குழிகளுடன் கூடிய பெரும், வட்டவடிவ நினைவுச் சின்னங்கள்) இச்சிறு பிரதேசங்களில் பலவற்றிலிருந்து திரட்டப்பட்டதாகக் கொள்ளத்தக்க ஒரு பெரும் மக்கள் குழு விற்கான மையங்களாகவும் குறிப்பிட்ட காலத்திற்கொருமுறை சந்திக்கும் இடங்களாகவும் தோன்றுகின்றன – சில வெகு தொலைவிலுள்ள இடங்களிலிருந்து பெறப்பட்ட கற்கோடாரி களைக் கொண்டிருக்கின்றன. ஒவ்வொரு முகாமுக்கும் 1,00,000 மணி வேலைநேரம், அல்லது 40 நாட்களுக்கு உழைக்கக்கூடிய 250 பேர் தேவைப்பட்டனர். அந்த நாட்களில் அவர்கள் தங்கள் பொழுதுபோக்கைத் தாங்களே உருவாக்கிக் கொண்டனர். நீண்ட குளிர்கால மாலைவேளைகள் எளிதாகப் பறந்து சென்றிருக்க வேண்டும்.

பிறகு, இம்முகாம்களின் இடத்தை 'ஹெஞ்' எனப்படும் ஒரு புது வகை சடங்கு வேலியடைப்பு (வெளிப்புறக் கரையுடன் கூடிய குழியால் சூழப்பட்ட வட்டவடிவ நினைவுச்சின்னங்கள்) கைப்பற்றிக்கொண்டது. இந்த அடைப்புகள் ஒவ்வொன்றுக்கும் வேலை நேரமாகப் பத்து லட்சம் மணிநேரம் தேவைப்பட்டிருக் கலாம். ஒரு பெரிய பிரதேசத்திலிருந்து பெரும் எண்ணிக்கையில் மக்கள் திரட்டப்பட்டு, அனேகமாக 300 பேர், ஒரு வருடத்திற்கு அல்லது அதற்கு மேற்பட்டு முழுநேரப் பணியாற்றினார்கள் என்று தெரிவிக்கிறது. இந்த அளவு முயற்சியும் இத்தகைய முக்கிய சடங்கு மையங்களின் இருப்பும், முதல் உழவர்களின் எளிமை யான, சமத்துவ சமூகங்களிலிருந்து அவற்றைப் பின்தொடர்ந்த மிகவும் படிநிலை கொண்ட தலைமையுரிமைச் சமூகங்களுக்கு மாறியதைக் குறிப்பதாகத் தோன்றுகிறது.

தலைமையுரிமைச் சமூகங்களின் எழுச்சிக்கு மேலும் தெளி வான அறிகுறி ஹெஞ்சுகளை (அனைத்து ஹெஞ் நினைவுச் சின்னங்களின் தாயான ஸ்டோன்ஹெஞ்சையும் சேர்த்து. இதனை எழுப்புவதற்கு 3 கோடி மணி நேரம் தேவைப்பட்டது) சுற்றியுள்ள நிலக்காட்சிகளை ஆடம்பரமான கல்லறைப் பொருள்களுடன் கூடிய வட்டவடிவக் கல்லறை மேடுகள் (வட்ட வடிவப் புதை மேடுகள்) காலப்போக்கில் நிரப்பியதே . இவை அவற்றினுள் புதைக்கப்பட்டுள்ள பெரிய மனிதர்களின் செல்வவளத்தைப் பிரதி பலிக்கின்றன.

கூறாக்கச் சமூகங்களிலிருந்து மிகச் சிக்கலான அமைப்பு களுக்கு மாறியதை ஆராய்வதற்கு மற்றோர் அணுகுமுறை கைவினை நிபுணத்துவம் – ஆம், இதுவும் குழாம் சமூகங் களில் உள்ளது. பனியுகத்தில் காணப்படக்கூடியது. ஏனெனில், ஒவ்வொருவரும் அருமையான கற்கருவிகளை அல்லது எலும்புக் கருவிகளை, அல்லது நுண் செதுக்குவேலைகளையும் பாறைக் கலையையும் உற்பத்தி செய்திருக்க முடியாது. கூறாக்கச் சமூகங் களில், கைவினை உற்பத்தி என்பது முதன்மையாக வீடுகள் நிலையில் ஒழுங்கமைக்கப்பட்டது. கிராமத்துக் களங்கள் மட்பாண்டச் சூளைகளையோ, அல்லது உலோக வேலைப் பாட்டின் கசடையோ கொண்டிருக்கலாம். எனினும், மிகவும் மையப்படுத்தப்பட்ட தலைமையுரிமைச் சமூகங்களிலும் அரசு களிலும்தான் விசேஷக் கைவினைகளுக்கு – கல் வேலைப்பாடு,

மட்பாண்டக்கலை, தோல் வேலைப்பாடு, துணி, மது காய்ச்சுதல், உலோக மற்றும் கண்ணாடி வேலைப்பாடு, மற்றும் இது போன்றவை – ஏறக்குறைய முழுவதுமாக அர்ப்பணிக்கப்பட்ட முழு பேரூர்களையும் நகரங்களையும் நாம் காணலாம்.

எழுத்து ஆவணங்கள் கிடைக்காத (பெரும்பாலான தலைமை யுரிமைச் சமூகங்களில் இதுதான் நிலைமை) அல்லது போதுமான தாக இல்லாத (பெரும்பாலான அரசுகளில் இதுதான் நிலைமை) இடத்தில், களங்களின் படிநிலையைத் தொல்லியல் வழிமுறை களின் மூலமே உய்த்துணர முடியும். எடுத்துக்காட்டாக, ஒரு தலைநகரத்தை அல்லது முதன்மையான மையத்தை அதன் அளவிலிருந்தும், ஓர் ஆவணக் காப்பகம், நாணயசாலை, அரண்மனை போன்ற மத்திய நிறுவனம் மற்றும் முக்கிய மதக் கட்டிடங்கள், அல்லது காப்பரண் கட்டுமானங்களின் அறிகுறி களிலிருந்தும் உய்த்துணரலாம். ஆம், பெரிய மற்றும் (அனுமான மாக) பொதுக் கட்டிடங்களின் மிகச் சரியான செயல்பாட்டை நிறுவுவது கடினமானதாக இருக்கலாம். அவை பல பயன்பாடு களைக் கொண்டவையாக இருக்கலாம். எடுத்துக்காட்டாக கோவில்கள் ஒரு சமூகச் செயல்பாட்டையும் மதச் செயல்பாட்டை யும் கொண்டிருக்கலாம். ஆனால் நகரங்களின் இதர அம்சங்கள் கண்டறிய சுலபமானவையே – கைவினை நிபுணர்களுக்கான பகுதிகள், அல்லது பணக்கார வீடுகளுக்கும் குடிசைப்பகுதி களுக்கும் இடையே உள்ள வித்தியாசங்கள் போன்றவை. இன்று நீங்கள் வாழ்ந்துகொண்டிருக்கும் நகரத்தைக் கைவிடப்பட்ட இடிபாடுகளாக, வேற்றுக்கிரகத் தொல்லியலார் அதனைச் சுற்றித் திரிந்துகொண்டிருப்பதாகக் கற்பனை செய்து அவர்கள் எதனைப் பார்த்துக் கொண்டிருப்பார்கள் என்று ஊகிக்க முயல்வது ஒரு சுவையான பயிற்சியாக இருக்கும். ஒளிப்படச் சாவடிகள், திரையரங்கு வளாகங்கள், துணி வெளுக்கும் இடங்கள் போன்ற விசித்திரப் பொருள்களால் அவர்கள் குழப்பமடைந்தாலும் அவர்களாலும்கூட சில அடிப்படையான ஊகங்களைப் பாதுகாப்பான வகையில் செய்ய முடியும். இப்பொருள்கள் அனைத்தும் ஐயத்திற்குரிய வகையில் சடங்கு மையங்களாகத் தோற்றமளிக்கலாம்.

மையப்படுத்தப்பட்ட சமூகங்களை வேறுபடுத்திக் காட்டும் அடிப்படையான அம்சங்களில் ஒன்று, அடிப்படைச் செல்வத்தில்

மட்டுமல்ல, வள ஆதாரங்களுக்கான வாய்ப்பு, வசதிகள், அந்தஸ்து ஆகியவற்றிலும்கூட பணக்காரர்களுக்கும் ஏழைகளுக்கும் காணப்படும் ஏற்றத்தாழ்வு: அதாவது சமூகப் படித்தரத்தில் மேலே குறிப்பிட்டது போல, குடியிருப்புகளிலும் பொருள் சார்ந்த செல்வத்திலும் வித்தியாசங்களை நாம் எளிதாகக் கண்டறியலாம். மேலும், உயர்ந்த அந்தஸ்திலுள்ள மக்கள் வழக்கமாகப் புடைப்புச் சிற்பங்களில் அல்லது அற்புதமான சிற்பங்களில் சித்திரிக்கப் படுவார்கள். மேலே குறிப்பிட்டது போல, பகட்டான கல்லறைகள் தான் 'இறுதியான' அந்தஸ்துச் சின்னம் – மொத்தத்தில், ஏழை களின் கல்லறைகளில் இறந்துபோனவர்களாக பணக்காரர்கள் அகப்படமாட்டார்கள். வெறுப்பூட்டும் செல்வத்தை முனைப்பாக வெளிக்காட்டுவது 'ஃபோர்ப்ஸ்' அல்லது 'டாட்லர்' இதழின் உருவாக்கமல்ல, ஆனால் அது பிரமிடுகளுக்கும் பிரமிடுகளைத் தாண்டியும் பின்னோக்கிச் செல்கிறது. தூதங்கமன் ஒரு இளைய மற்றும் சிறிய அரசர் என்பதை எப்போதும் நினைவில் கொள்ளுங்கள், எனவே பெரிய ஆட்களுடன் புதைக்கப்பட்ட புதையல்கள் எப்படிப்பட்டதாக இருக்க வேண்டும்? மூளை தடுமாறுகிறது...

இயல் 7

மாற்றம் எவ்வாறு, ஏன் நிகழ்ந்தது?

அனேகமாக 'ஏன்' என்ற கேள்விகளே தொல்லியலார் எதிர் கொள்ளும் மிகச் சிக்கலான கேள்விகள். தொல்லியல் சான்று களில், பழங்காலத்தில் காணப்படும் மாற்றங்களை உண்டாக் கியது எது? பன்மை, இன்றைய தொல்லியலின் பரந்த பரப்பு, மனிதனின் கடந்தகாலத்திற்குச் சிதறலான அணுகுமுறைகள், இவை அனைத்தும் தற்காலத் தொல்லியல் கோட்பாட்டின் வேற்று மையில் தற்போது பிரதிபலிக்கின்றன. இந்த வேற்றுமையை ஒரு பலமாக மட்டுமே காண முடியும். இது புதிய உள்நோக்கு களுக்கு அழைத்துச் செல்லக்கூடியது: எல்லா வழிகளிலும் பயணம் மேற்கொள்ளப்பட வேண்டும், அவற்றில் பல முட்டுச் சந்துகளாகத் தெரிய வந்தாலும். இந்த வேற்றுமை ஒருவிதத்தில் தொல்லியல் ஆய்வாளர்களின் பல்வேறு புலனுணர்வுகள், முன் கருத்துகளுடன் தொடர்புடையது. உண்மையில், பழங்காலத்தை, குறிப்பாகப் பழங்காலத்தில் நிகழ்ந்த மாற்றங்களை விளக்கும் தொல்லியலின் முயற்சிகள் தொல்லியலாரின் மனச் சாய்வுகள், அரசியல், சமூகப் பின்னணி ஆகியவற்றுக்கேற்ப எப்போதும் பெரிதும் வேறுபட்டிருக்கிறது. சுற்றுச்சூழல், காலநிலை மாற்றம், அல்லது தொழில்நுட்பம், மக்கள்தொகை நெருக்கடி, படை யெடுப்புகள், விபத்துகள், மற்றும் இவை போன்ற ஓர் ஒற்றைக் காரணிக்கு முக்கியத்துவம் அளிக்கப்பட்டிருக்கிறது.

இந்த 'ஒற்றை விளைவு' விளக்கங்களில் எதுவும் போதுமான தாக நிரூபணமாகவில்லை, ஆனால் அனேகமாக ஒவ்வொன்றிலும் சிறிதளவு உண்மை அடங்கியிருக்கிறது. எப்படியோ, பல்வேறு

தொல்லியலார் காலகட்டம், காலஅளவு, களவகை, அல்லது தாங்கள் ஆர்வம் கொண்டுள்ள பிரச்சினையின் அடிப்படையில் பல்வேறு விஷயங்களை விளக்க முயல்கிறார்கள். பனியுக இடங்களின் பல நிலைமாற்றங்களை ஆய்வு செய்யும் ஒருவர், சில நூற்றாண்டுகளுக்கு முற்பட்ட களிமண் புகையிலைக் குழாய்களை ஆய்வு செய்யும் ஒருவரிடமிருந்து வேறுபட்ட ஓர் அணுகுமுறையைப் பயன்படுத்தக் கூடும். எனவே வெளிப்படையாகவே, தேர்ந்தெடுப்பதற்கு விளக்கங்கள் அடங்கிய ஒரு முழுத் தொகுதியே இருக்கிறது. எடுத்துக்காட்டாக, கடந்த காலத்தின் தனிப்பட்ட நிகழ்ச்சிகளை, அல்லது குறுகிய கால நிகழ்ச்சிகளை அல்லது நீண்டகாலச் சித்திரத்தை ஆராய நாம் முயல்வது தான் தொல்லியலின் தனிச்சிறப்பான விசேஷமா? இத்தகைய கேள்விகள் 'இந்த நகரத்தை அழித்தது எது?', 'தொல்லியல் சான்றுகளில் இப்பாங்கைத் தோற்றுவித்தது எது?', அல்லது 'உணவு உற்பத்தி உலகம் முழுவதும் எப்படி தொடங்கியது?' பரிசீலனையிலுள்ள பிரச்சினைக்கு இது உதவும் என்று உறுதி செய்துகொள்ளும் வகையில் நாம் நம் விளக்கத்தைக் கவனமாகத் தேர்ந்தெடுக்க வேண்டும்.

பல ஆண்டுகளாக, பெரும்பாலான தொல்லியலார் 'ஏன்', 'எப்போது,' 'எங்கு' மற்றும் 'எப்படி' போன்ற எளிய கேள்விகளுக்கு விடையளிப்பதில் திருப்தி அடைந்தார்கள். கடினமான கேள்விகளை ஒன்று புறக்கணித்தார்கள் அல்லது எளிய விளக்கங்களுடன் அவற்றை ஒதுக்கித் தள்ளிவிட்டு, அதற்குப் பதிலாக 'தொல்லியலைச் செய்வது' என்று அவர்கள் கருதுவதன் மீது கவனம் செலுத்தினார்கள். ஃபெலினி ஒரு முறை சொன்னது போல, 'கேள்விகள் கேட்பது எப்படி என்று எனக்குத் தெரியாது. எப்படியோ சமாளித்து ஒரு புத்திசாலித்தனமான கேள்வியைக் கேட்கும்போதுகூட, பதிலில் எனக்கு உண்மையான ஆர்வம் இல்லை என்று உணர்கிறேன்.' எனினும் அவர் மிகவும் நல்ல சில திரைப்படங்களை (ஆம், மிகவும் மோசமான சில திரைப்படங்களையும்கூட) அளித்தார். எனினும், கடந்த சில பத்தாண்டுகளில், 'கோட்பாட்டுத் தொல்லியல்' குறிப்பாக வட அமெரிக்காவிலும், பிரிட்டனிலும், ஸ்காண்டிநேவியாவிலும் முழுமையாகச் செயல் திறன் பெற்று, ஒவ்வொரு விஷயமும் மிகவும் அருவமான சொற்களில் விவாதிக்கப்படுகிறது. ஒவ்வொன்றும் மிக வெளிப்

படையாக ஆக்கப்பட வேண்டியுள்ளது: விளக்கச் செயல்முறையின் ஒவ்வொரு கட்டத்தின் பின்னும் உள்ள பகுத்தறிவுடன் சேர்த்து உள்ளார்ந்த கருதுகோள்கள் அனைத்தும் வெளிப்படுத்தப் படுகின்றன.

செவ்வியல் அல்லது வரலாற்றுத் தொல்லியல் போன்ற பிற பிரிவுகள் களப்பணி, எழுத்தாவண ஆய்வு, உண்மைச் சான்றுகளைக் கையாளுதல் ஆகியவற்றுடன் மிக அதிகமாகத் தொடர்பு படுத்தப்பட்டுள்ளன. எடுத்துக்காட்டாக, கோட்பாட்டில் மிகக் குறைவான கவனமே செலுத்தப்படும் ஜெர்மனியில் சில தொல்லியலார் கோட்பாட்டாளர்களைக் களியாட்ட விழா அரவாணிகளாகக் (குறிப்பாக மிக நிச்சயமாக அவர்களுக்கு வாரிசுகள் இருக்கப்போவதில்லை என்பதால்) கருதும் போக்குடையவர்களாக இருக்கிறார்கள்.

எனினும், தொல்லியல் என்பது எப்போதுமே மறைமுகமாகவோ (அல்லது விழிப்புணர்வு அற்ற நிலையில்கூட) அல்லது வெளிப்படையாகவோ கோட்பாட்டால் பெரும் பாதிப்புக்கு உள்ளாகிறது. எடுத்துக்காட்டாக, சார்லஸ் டார்வின் 1859ல் ‘உயிரினங்களின் தோற்றம்’ (ஆரிஜின் ஆஃப் ஸ்பீஸிஸ்) எனும் தனது நூலில் மிகத் தெளிவாக முன்வைத்த பரிணாமக் கொள்கை மனிதகுலத்தின் தோற்றம் மற்றும் வளர்ச்சி குறித்து ஒரு நம்பத் தக்க விளக்கத்தை அளித்து அக்காலத்திய தொல்லியலார் மீது ஒரு உடனடி பாதிப்பை ஏற்படுத்தியது; கலைப் பொருள்களின் மாதிரிப்படிவ வரன் முறையைப் (இயல் 2) பற்றிய ஆய்வுக்கான அடித்தளத்தை ஏற்படுத்த உதவியது. சமூகக் களத்திலும்கூட மனித முன்னேற்றத்திற்கான திட்டங்கள் 1870களில் உருவாக்கப் பட்டன. மனித சமூகங்கள் விலங்குத் தன்மையிலிருந்து (உள்ளுணர்வைக் கொண்டு வேட்டையாடல்) காட்டுமிராண்டித் தனத்துக்கு (எளிய விவசாயம்) நகர்ந்து பிறகு நாகரிகமாக (சமூகத்தின் உயர்நிலை வடிவமாகக் கருதப்படுவது) பரிணமித்துள்ளது என்று எட்வர்ட் டெய்லரும் (பிரிட்டனில்) லூயிஸ் மார்கனும் (அமெரிக்காவில்) முன்மொழிந்தனர். சில நேரங்களில் தரங் கெட்ட நிலை என்று நாலாவதாக ஒரு கட்டமும் உண்டு.

குறிப்பாக மார்கனின் ஆய்வு, வாழ்ந்து கொண்டிருந்த அமெரிக்க இந்தியர்களைப் பற்றிய அவரது அறிவைப் பெரிதும்

அடிப்படையாகக் கொண்டிருந்தது. ஒரு காலத்தில் மக்கள் வளங்களைச் சமமாகப் பகிர்ந்துகொண்டு முதிராத பொதுவுடைமை நிலையில் வாழ்ந்திருந்தார்கள் என்ற அவரது கருத்து முதலாளித்துவத்துக்கு முந்தைய சமூகங்களைப் பற்றி கார்ல் மார்க்ஸும் ஃபிரடெரிக் எங்கல்ஸும் எழுதியபோது அவர்கள் மீது ஒரு வலுவான செல்வாக்கைச் செலுத்தியது. பிறகு அது இருபதாம் நூற்றாண்டைச் சேர்ந்தவரும் ஆஸ்திரேலியாவில் பிறந்த தொல் வரலாற்றாசிரியருமான கார்டன் சைல்டுக்கு உத்வேகம் அளித்தது. மார்க்சியக் கருத்துகளாலும் (ஒப்பீட்டளவில் அண்மைக் காலத்திய) ரஷியாவின் மார்க்சியப் புரட்சியாலும் கவரப்பட்டு, சைல்ட் தன் பிந்தைய நூல்களில், தொல்வரலாற்றில் ஒரு 'புதுக் கற்காலப் புரட்சி' இருந்தது என்றும், அது விவசாய வளர்ச்சியும் பிற்பாடு ஒரு 'நகரப் புரட்சி'யும் ஏற்பட வழிசெய்தது என்றும், இந்த நகரப் புரட்சியின் காரணமாக முதல் பேரூர்களும் நகரங்களும் தோன்றின என்றும் தன் எண்ணத்தை முன்வைத்தார். சைல்ட் தரவுகளைத் தொகுத்து நோக்குவதில் உயரிய திறமை கொண்டிருந்ததுடன், காலவரிசைகளையும், மாதிரிப்படிவ வரன் முறைகளையும் நிறுவுதல் எனும் மிகவும் மரபார்ந்த நாட்டத்திலும் முழுவதுமாகப் பழக்கப்பட்டவர் என்றாலும், கடந்த காலத்தில் விஷயங்கள் துல்லியமாக ஏன், எப்படி நிகழ்ந்தன, மாறின என்பது போன்ற சிக்கலான விவாதப் பொருள்களைக் கையாள உண்மையிலேயே அக்கறை கொண்டிருந்த முதல் தொல்லியலாரில் அவரும் ஒருவர். இந்த வெளிப்படையான புதிருக்கான விடை அவரது கிறுக்குத்தனத்திலும் வாழ்க்கை குறித்த அவரது முழுவதும் மரபை மீறிய அணுகுமுறையிலும் இருக்கலாம். எப்போதும் ஓடையின் போக்கிலேயே நீந்துவது இறந்துபோன மீன்கள் மட்டுமே.

அமெரிக்காவில், இந்த நூற்றாண்டில் மிகவும் செல்வாக்கு செலுத்திய சிந்தனையாளர்களில் ஒருவரான மானிடவியலாளர் ஜூலியன் ஸ்டூவர்ட், கலாசார மாற்றங்கள் குறித்த விளக்கங்களுக்கு வாழும் கலாசாரங்கள் எவ்வாறு செயல்படுகின்றன என்ற தன் புரிதலைக் கொண்டுவந்தார். கலாசாரங்கள் எவ்வாறு தங்களுக்குள் பரிவர்த்தனை புரிகின்றன என்பது குறித்து மட்டுமல்லாது, சுற்றுச்சூழல் எவ்வாறு கலாசார மாற்றத்தை விளைவிக்கும் – 'கலாசாரச் சூழலியல்' என்று அவரால் அழைக்கப்பட்டது – என்பது குறித்தும் அவர் கவனம் செலுத்தினார்.

பிரிட்டன் தொல்வரலாற்றாசிரியர் கிரஹாம் கிளார்க்கும் 1930 களில் தொடங்கி ஒரு சூழலியல் அணுகுமுறையை உருவாக்கினார். இது அவரது சமகாலத்தவர்களின் மரபார்ந்த, பயன்பாட்டுப் பொருள் ஆதிக்கம் செலுத்திய தொல்லியலிலிருந்து வேறுபட்டது; மக்கள் கூட்டங்கள் எவ்வாறு தங்கள் சூழல்களுக்குத் தகவமைத்துக்கொண்டன என்பதற்கு அவர் அளித்த அழுத்தம், தாவர மற்றும் விலங்கு எச்சங்களை அடையாளம் காணக்கூடிய அனைத்து வகையான நிபுணர்களுடனும் சேர்ந்து பணியாற்ற வைத்து, கடந்தகாலச் சுற்றுச்சூழலையும் பிழைப்பு வழியையும் மிகவும் விவரமாக மீட்டுருவாக்க வைத்தது. இந்த முன்னோடி ஆய்வு தற்காலத் தொல்லியல் என்ற ஒரு முழுப் பிரிவுக்கே அடித்தளம் அமைத்தது.

1960களில் இவ்விதமான 'அறிவியல்பூர்வமான' தொல்லியல் நன்கு நிறுவப்பட்டது. முழுமையான காலக்கணிப்பு முறைகள் (இயல் 2) தோன்றிய பிறகு, பல நேரங்களில் காலங்களை வெகு விரைவில் கணிக்க முடிந்தது; ஆய்வின் முதன்மைக் குறிக்கோள்களில் ஒன்றாக இல்லாமல் போனது. எனவே கால வரிசை அல்லது கலாசாரம் தொடர்பான எளிய கேள்விகளை விட உண்மை யிலேயே சவாலான கேள்விகளுக்கு நகர்ந்து செல்வது, அல்லது அதிகக் கவனம் செலுத்துவது சாத்தியமானது. இங்குதான் அதிருப்திகள் எழுந்தன: மனநிறைவுடைய தங்கள் பெற்றோரை எதிர்த்துக் கலகம் செய்த வசதிபடைத்த இளைஞர்களை நினைவூட்டும் ஒரு இயக்கத்தில் சில 'கோபக்கார இளைஞர்கள்', குறிப்பாக அமெரிக்காவின் மத்திய மேற்குப் பகுதியில், தொல்லியல் ஆய்வு நடத்தப்படும் விதத்தையும், குறிப்பாக – ஓரளவு நியாயத்துடன் – புலப்பெயர்வுகள், படையெடுப்புகள், பரவல் அல்லது குழப்பமான 'பாதிப்புகள்' தொடர்பான தரவுகளில் உள்ள பாங்குகளை விளக்க சுமத்தப்படும் எளிய விளக்கங்களையும் இழித்துரைக்கத் தொடங்கினார்கள். கற்கருவிகள் அல்லது மட்பாண்ட வகைகள் ஏறக்குறைய மக்களுடன் நெருங்கிய தொடர்புடையதாகக் கருதப்பட்டன. மக்களைப் போலவே இவை சுற்றிவருவதுடன் இனக்கலப்பு செய்து புதிய வகைகளையும் பாங்குகளையும் உற்பத்தி செய்கின்றன. இயல்பாகவே, புலப்பெயர்வுகளும் படையெடுப்புகளும் கடந்த காலத்தில் நிகழத்தான் செய்தன (எடுத்துக்காட்டாக, பசிபிக் தீவுகளின் ஆதிக்

குடியேற்றம்), ஆனால் பொதுவாக எண்ணப்பட்டு வந்ததைப் போல அவை அனேகமாக அடிக்கடி நிகழவில்லை, அல்லது தொல்லியல் சான்றுகளில் அடையாளம் காணக்கூடிய வகையில் நேரடியானதாக இல்லை.

மிகக் கடுமையான புறக்கணிப்பு 'புதிய தொல்லியல்' (நியூ ஆர்க்கியாலஜி – அமெரிக்க பாணி எழுத்துக்கூட்டலைக் கவனியுங்கள்) அல்லது – செயல்முறை ரீதியான விளக்கங் களுக்கு அது முக்கியத்துவம் அளிப்பதால் அல்லது ஒரு சமூகத் தினுள் – இயங்கும் பல்வேறு செயல்முறைகளை ஆராய்வதால் – 'செயல்முறை ரீதியான தொல்லியல்' என்று அறியப்படுவதி லிருந்து வந்தது. சம்பந்தப்பட்ட ஆளுமைகளை விட்டுவிட்டால் – தற்போது இவர்கள், வேடிக்கையான வகையில், தாங்களே தொப்பை கொண்ட நரைத்த கிழவர்கள் ஆகிவிட்டதுடன் இளம் தலை முறையினரால் காலாவதியாகிப்போனவர்களாகவும் அலுப்பூட்டுபவர்களாகவும் கருதப்படுகிறார்கள் – தொல்லியல் வளர்ச்சியில் இந்நிகழ்ச்சியின் நம்பிக்கையளிக்கும் அம்சங்கள் என்ன? முதலாவதாக, கடந்த காலத்தின் பொருள்ரீதியான தடயங்களிலிருந்து பிரித்தெடுக்கக்கூடிய தகவல்களின் வகைகள் மற்றும் அளவு பற்றி மிகவும் நம்பிக்கையுடன் இருக்கும்படி (அல்லது லட்சியத்துடன்கூட இருக்கும்படி) அறிஞர்களை இது ஊக்குவிக்கிறது. இது தொல்லியல் பகுத்தறிவின் அனைத்துக் கட்டங்களுக்கும் மேலும் வெளிப்படையாக இட்டுச்சென்றது. எனவே அங்கீகாரம் பெற்ற ஓர் அறிஞர் அல்லது இத்துறையில் போற்றப்படும் விற்பன்னர் என்பதற்காக அவர் முன்வைத்த கருத்து இனியும் ஏற்றுக்கொள்ளப்படக் கூடாது. ஒவ்வொரு வாதமும் தர்க்க வரைச்சட்டத்தின் அடிப்படையிலும் வலுவான, பரிசோதிக்கக்கூடிய கருதுகோள்களின் அடிப்படையிலும் அமைய வேண்டும். எல்லாவற்றுக்கும் மேலாக, விவரிப்பைவிட விளக்கத் திற்கே முக்கியத்துவம் உறுதியாக அளிக்கப்பட வேண்டும். தொடக்ககால தொல்லியலின் எளிய உபாயங்களுக்குப் பதிலாக (செல்வாக்குகள், புலப்பெயர்வுகள் போன்றவை) கலாசாரங்கள் அமைப்புகளாகவும் துணையமைப்புகளாகவும் ஆய்வு செய்யப்பட்டன. சுற்றுச்சூழலுடனான, பிழைப்பு வழி மற்றும் பொருளாதாரத்துடனான உறவுகள் மற்றும் பல்வேறு சமூகப் பிரிவுகளுக்கிடையிலான பரிவர்த்தனைகள் குறித்து அதிக

அளவில் கவனம் செலுத்தப்பட்டது: எவ்வாறு சமூகத்தின் பல்வேறு அம்சங்கள் இயங்கின மற்றும் காலத்தினூடாக ஏற்பட்ட முன்னேற்றங்களை விளக்க உதவும் வகையில் எவ்வாறு அவை ஒன்றாகப் பொருந்தின, மற்றும் அதிலிருந்து தொல்லியல் சான்று களில் பொதுப் பயன்பாடுகளின் 'ஒழுங்குகளை' நிறுவுவதற்கு உதவின.

ஆம், இவற்றில பெரும் பகுதி, அனைத்து ஆய்வுத் துறைக ளுக்கும் தூய அறிவியல் துறைகளும் கணினித் தொழில்நுட்பமும் அளித்த புதுப் பங்களிப்புகள், மற்றும் புவியியல், அறிவியலின் தத்துவம், சூழலியல் போன்றவற்றிலிருந்து (எப்போதும் வெற்றி கரமாக அல்லது சரளமாக அல்ல) இறக்குமதி செய்யப்பட்ட சிந்தனைகளுடன் சேர்த்து, ஸ்டூவர்ட், கிளார்க், மற்றும் இதர பல முன்னோடிகளால் ஏற்கெனவே இயக்கி வைக்கப்பட்டவற்றின் இயற்கையான விரிவாக்கமே. உண்மையில், புதுமைக்கான மூர்க்கமான தேடலில், 'புதுத் தொல்லியலார்' எங்கிருந்தும் எல்லா இடங்களிலிருந்தும் பல மாறுபட்ட கருத்தாக்கங்களை இழுத்துக்கொண்டனர். தவிர்க்க முடியாத வகையில் சக்கை களிலும் வெளிப்படையானவற்றிலும் சில உபயோகமான தங்கக் கட்டிகள் இருந்தன. தொல்லியல் ஒரு பிரம்மாண்ட துடைப்புப் பஞ்சு ஆகி, பல்வேறு துறைகள் அடங்கிய ஒரு முழுக் கடலி லிருந்து துண்டுதுண்டாகச் சிந்தனைகளையும் உத்திகளையும் உறிஞ்சி, தன்னுடன் ஒன்றிணைத்துக்கொள்கிறது.

துரதிர்ஷ்டவசமாக 'மரபாளர்களுக்கு' எதிரான 'புதுத் தொல்லியலின்' பாசாங்குப் போர்க்களங்கள் திட்டவட்ட மான கருத்துகள் நிலவும் கட்சி அரசியலின் உலகத்தைத்தான் ஒத்திருந்தன – கொடிபிடித்து அணிதிரள்வதும் ஒருவரது எதிரிகள் சொல்வது, செய்வது அனைத்தையும் விமர்சிப்பதுமாக. ஒருவர் கட்சியையோ அல்லது திருச்சபையையோ தேர்ந்தெடுப்பதைப் போல கோட்பாடும் ஒரு தனிப்பட்ட சின்னமானது. இதன் பொருள் ஒரு குழுவுடன் சேர்ந்துகொள்வது என்பதாகும். பாப் இசை நட்சத்திரங்களுக்கு இருப்பதுபோல கோட்பாடுகளுக்கும் ரசிகர்கள் கிடைக்கத் தொடங்கினார்கள். 'புதுத் தொல்லியலார்' ஓர் 'உள்வட்டத்தை' அமைத்தார்கள். எனவே மற்ற அனைவரும் தானாகவே ஒரு 'வெளிவட்டத்'துக்குத் தள்ளப்பட்டார்கள் – எனவேதான் மரபாளர்களின் கோட்பாடுகளும் நடைமுறையும்

கடுமையாகக் கண்டனம் செய்யப்பட்டன. கோட்பாடு கொண்டிராத தற்கும் அவர்களது அணுகுமுறை அறிவியல்பூர்வமாக இல்லாத தற்குமே மரபாளர்கள் முதன்மையாக இழித்துரைக்கப்பட்டனர். எனினும், ஸ்டீபன் ஜே குல்ட் சுட்டிக்காட்டியது போல, கோட் பாட்டைப் பற்றிய மௌனம், கோட்பாடு இன்மையைக் குறிப் புணர்த்தவில்லை. தொல்லியல் ஆய்வுசெய்வதற்குப் பல்வேறு வழிமுறைகள் உள்ளன என்பதைப் புரிந்துகொள்ள இளம் 'புதுத் தொல்லியலார்' தவறிவிட்டார்கள். இந்த வழிமுறைகள் அனைத்துமே நியாயமானவை, ஓரளவுக்கு செல்லுபடியாகக் கூடியவையும்கூட.

அவர்களது பகைமையும் விஷமத்தனமும் – அவர்களது எதிரிகளை மட்டுமல்ல, (குறிப்பாக) அவர்களையேகூட – திகைக்க வைப்பவை: உங்களிடம் ஒரு பலவீனம் இருந்தால், சப்தம் போடுங்கள்! ஆனால் 'புதுத் தொல்லியலாரிடம்' இருந்த இரண்டு குணங்கள்தான் பெரும் தீமையை விளைவித்தன: கருத்துகளில் தீவிரமாக இருந்ததும் அவற்றை விடாப்பிடியாகப் போற்றியதுமான அராஜகம், மற்றும் அவர்களது மொழியின் இருண்மை – இரண்டுமே துரதிர்ஷ்டவசமானவை, ஏனெனில் அவை ஓர் அடிப்படையான, மூர்த்கமான நேர்மையை மறைத்து, அணுகுமுறையின் நல்ல அம்சங்களின் செல்வாக்கைக் கணிசமாகக் குறைத்தன. விளங்காத மொழி அனைத்திலும் பரவியிருந்து, சிந்தனைக்கான ஒரு மாற்றாக நடத்தப்பட்டது – அடிப்படையில் உண்மையான ஞானம் இல்லாதிருப்பதைப் பொதுவாக மிதமிஞ்சிய சொற்கள் மறைக்கிறது. அவர்கள் தங்கள் சிந்தனைகளை மோசமாக மட்டும் வெளிப்படுத்தவில்லை, அவர்களிடம் – பலரது பார்வையில் – சொல்வதற்கு எதுவுமே இல்லை, அவர்கள் மிக உரத்த குரலிலும் திரும்பத் திரும்பவும் அதனைச் சொன்னார்கள்.

வரம்புமீறிய தற்புகழ்ச்சியும், ஆர்ப்பரிப்பும் முக்கியமான கட்டத்தில் வேடிக்கையைத் தோற்றுவித்தன – ஒரு தற்பெருமைக் காரன் தன் முகம் நிலத்தில் பதியும்படி விழுவதைப் பார்ப்பது எப்போதுமே வேடிக்கையான ஒன்றுதான். இயல்பாகவே இவற்றி லிருந்து சில நன்மைகள் விளைந்தன, ஆனால் தலைகீழாக இருக்கும் ஒரு சித்தாந்தத்தை (எல்லா சித்தாந்தங்களுமே அப்படித் தான் இருக்கின்றன) விடாப்பிடியாகப் பற்றிக்கொண்டிருந்தால்,

அடிபடாமல் நீங்கள் தப்புவதில்லை. மிகவும் அற்பமான, வெளிப்படையான விதிகளை ('ஓர் இடத்தின் மக்கள்தொகை அதிகரிக்கும்போது, சேமிப்புக் குழிகளின் எண்ணிக்கையும் அதிகரிக்கும்' என்பது மிகவும் புகழ்பெற்ற உதாரணம்) தவிர தொல்லியல் தரவுகளிலிருந்து பிரித்தெடுக்கக் கூடிய மனித நடத்தையைப் பற்றிய அற்புதமான, பொது விதிகள் எதுவும் இல்லை என்றும், 'புதுத் தொல்லியல்' பழங்காலத்தை மீட்டுருவாக்குவதில் ஒரு பிரகாசமான புதிய, 'அறிவியல்பூர்வ மான' வருங்காலத்தை ஏற்படுத்தும் என்ற எண்ணற்ற நம்பிக்கை களை அது நிறைவேற்றத் தவறிவிட்டது என்றும் முக்கியமான வர்கள் உணர்ந்ததும் காலப்போக்கில் கோபம் தணிந்தது. பரவச மடைந்த மற்றும் கலக்க குணம் கொண்ட இளமை தவிர்க்க முடியாத வகையில் நடுத்தர வயதின் நடைமுறை யதார்த்தமாகப் பக்குவமடைந்தது. மிகப் பெரும்பான்மையான தொல்லிய லாருக்கு – குறிப்பாக பிரிட்டன் மற்றும் வடக்கு அமெரிக்காவுக்கு வெளியில் – இது 'வழக்கமான ஒன்றாக' இருந்தது. நாய்கள் குரைத்தன, வணிகக்கூட்டம் கடந்து சென்றது.

எனினும், தவிர்க்க முடியாததும் நிகழ்ந்தது. 'புதுத் தொல்லி யலின்' இடமும் விரைவிலேயே இதைவிடவும் புதுமையான அணுகுமுறைகளாலும், ஏதாவது வித்தியாசமாகச் சொல்லவும், தங்கள் முத்திரையைப் பதிக்கவும் வெறிகொண்ட இளம் துருக் கியர்களாலும் கைப்பற்றப்பட்டு, அதன் பெருமை குலைக்கப் பட்டது. செயல்முறை ரீதியான தொல்லியல், சூழலியல் விளக்கங் களைச் சார்ந்திருந்ததாலும், வாழ்க்கையின் பயனுடைமை அம்சங் களைப் பற்றி மட்டுமே அதீதமாகக் கவலைப்பட்டதாலும் அறிவியல்தனமானது எனவும் 'நடைமுறை சார்ந்தது' எனவும் ஒதுக்கித் தள்ளப்பட்டது. தற்போது நம்மிடம் ஏராளமான அணுகுமுறைகள் உள்ளன. நேர்க்காட்சிவாதிகள், மார்க்சியர்கள், அமைப்பியலாளர்கள், பின் அமைப்பியலாளர்கள், இன்னும் எத்தனையோ ஆட்களுக்கிடையிலான காரசாரமான விவாதங் களால் இத்துறை மூழ்கடிக்கப்பட்டுள்ளது.

குறிப்பாக, இலக்கிய ஆய்வுகள் மற்றும் பல்வேறு வரலாறு மற்றும் தத்துவத் துறைகளின் பாதிப்புகளை உள்ளடக்கிய 'பின்-செயல்முறை ரீதியான' அல்லது விளக்கமுறைத் தொல்லியல் என்றோர் அணுகுமுறை தோன்றியிருக்கிறது. இது 'புதுத்

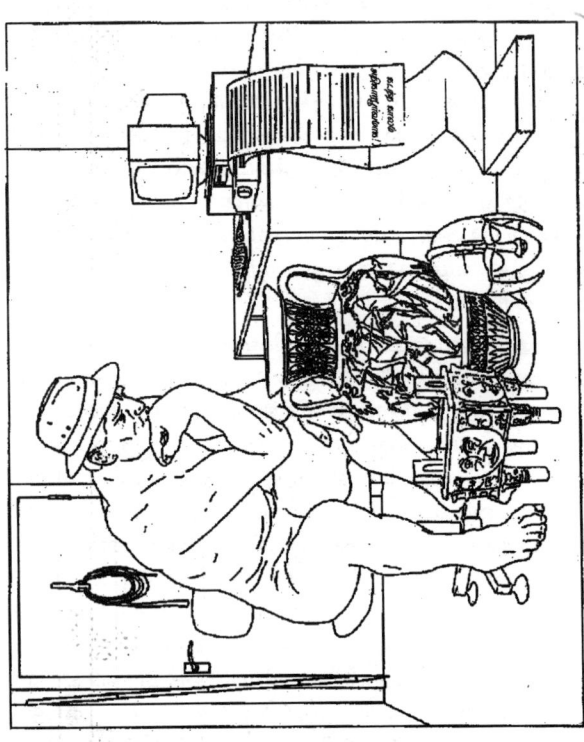

யதார்த்த இடைவெளி (I): இப்படித்தான் சில தொல்லியலாளர்கள் மற்றவர்கள் தங்களைக் காண வேண்டுமென்று விரும்புகிறார்கள் (அதேபோல அவர்களும் தங்களை இவ்வாறே காண விரும்புகிறார்கள்)...

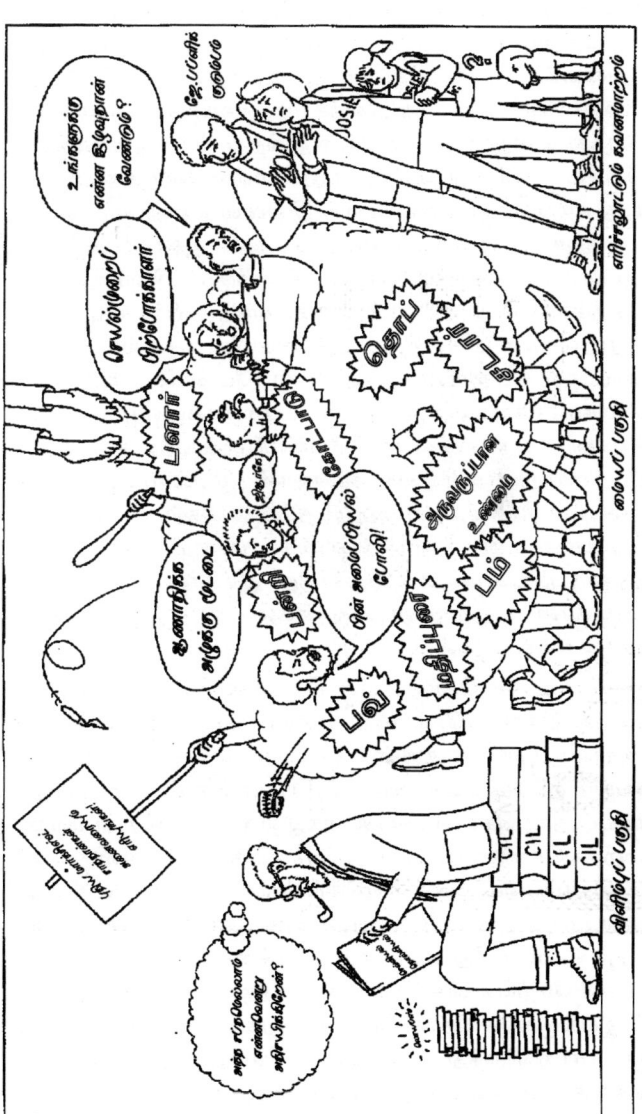

யதார்த்த இடைவெளி (II): உண்மையில் தொல்லியலாளர்கள் எப்படிப்பட்டவர்கள் என்பதைக் காட்டும் ஒரு காட்சி

தொல்லியலின்' ஓர் இலக்காகத் தோன்றும் பொதுமைப் படுத்தல்களை ஒதுக்கித் தள்ளி, அதற்குப் பதிலாக ஒவ்வொரு சமூகம் மற்றும் கலாசாரத்தின் தனிச்சிறப்புத்தன்மை மற்றும் வேற்றுமைக்கு முக்கியத்துவம் அளிக்கிறது. மேலும், 'புதுத் தொல்லியலின்' மற்றொரு இலக்கான புறவயநோக்கு அடைய முடியாதது என்று உறுதியாகக் கூறுகிறது; கடந்த காலத்தை விளக்கவோ அல்லது ஆய்வு மேற்கொள்ளவோ தனிப்பட்ட அல்லது சரியான ஒரு வழிமுறை இல்லை என்று சரியாகவே வலியுறுத்துகிறது. இதன் விளைவாக கடந்த காலத்தைப் பற்றி ஒரு கருத்து கொள்வதற்கு ஒவ்வொரு நோக்கருக்கும் உரிமை உள்ளது. இது 'எதுவானாலும் சரி' என்ற நிலைக்குத் தவிர்க்க முடியாத வகையில் கொண்டுசெல்கிறது. அந்நிலையில் ஒரு நல்ல ஞானம் கொண்ட ஒரு நிபுணரின் கருத்துகளைப் போலவே பாமரனின், போலியானவனின், அல்லது அறிவியல் புனைகதை எழுத்தாளரின் கருத்துகளும் பரிசீலிக்கப்பட வேண்டும்! கடந்த காலத்தின் குறியீட்டு மற்றும் அறிவுசார் அம்சங்கள் (இயல் 5) பழங்காலச் சமூகங்களின் சிந்தனைகள் மற்றும் நம்பிக்கைகள், எப்போதோ, இறந்துபோன மனிதர்களின் செயல்கள் மற்றும் சிந்தனைகள் குறித்து ஒரு புதிய கவனமும் இருக்கிறது, 'இவர்களின் மனதிற்குள் புகுவதற்கான' உறுதியான முயற்சிகளுடன் - இது ஒன்றும் சுலபமான வேலை அல்ல.

கோட்பாட்டுத் தொல்லியலைப் பரிசீலிக்கும்போது நாம் நினைவில் கொள்ளவேண்டிய முக்கியமான விஷயம் என்ன வென்றால், பழங்காலத்தின் எந்தவோர் அம்சத்தையும் பற்றி முழுவதும் சரியாக எவராலும் எப்போதும் சொல்ல முடியாது - எப்படியும், நாம் சொல்வது சரிதானா இல்லையா என்று எவ்வாறு நாம் அறிந்துகொள்ள முடியும்? அறிவு என்பது பல்வேறு விதமாகப் பரிசோதிக்கப்படும் ஒரு யூகமே. யூகங்களின் உலகத்தில் சொல் நிரூபணமோ, உண்மையோ, புறவயநோக்கோ பொருந்தாது. நாம் அந்த யூகங்களின் மீது வைக்கும் நம்பிக்கையை அதிகரிக்கவே நாம் பணி மேற்கொள்கிறோம். நம்பகத்தன்மையின் சிறு கூறு களில் இயங்குவதே தொல்லியல். சான்றுகளால் உறுதிப்படுத்தப் படாத, காற்றிலிருந்து மாயாஜாலம் செய்து தருவிக்கப்பட்ட வேடிக்கையான ஒன்றை [முழுவதும் ஆதாரமற்ற கோட்பாடு *(அட்டர்லி கிரவுண்லெஸ் ஹைபோதீஸிஸ்)* அல்லது சுருக்கமாகச்

சொன்னால் ச்சே!] விடவும் நம்பகமான தரவின் அடிப்படையில் அமைந்த நியாயமான கோட்பாடுதான் இலக்குக்கு மிக நெருக்கமாக இருக்கக்கூடியது என்பது ஓரளவு வெளிப்படையானது.

கோட்பாட்டுத் தொல்லியலைப் பற்றி வெகுவாக அலட்டிக் கொள்ளக் கூடாது என்பது நினைவில் கொள்ள வேண்டிய மற்றொரு முக்கியமான விஷயம் – அதிலேயே மூழ்கியிருப்பவர்களைப் பார்த்து நகைப்பது எளிது: உண்மையில், அது இன்றியமையாதது. இதில் மோசமான விஷயம் என்னவென்றால், அவர்களில் பலர் சிடுமூஞ்சிகளாகவும் பகை உள்ளம் கொண்டவர்களாகவும் ஆகியிருப்பதாகவும் தொல்லியல் துறையில் இருப்பது எத்தகைய ஒரு மிகப் பெரிய, வரம்பற்ற, சிறந்த பொழுதுபோக்கு என்பதை மறந்துவிட்டதாகவும் தோன்றுகிறது.

ஆனால் வேடிக்கை என்னவென்றால், வருடக் கணக்கிலான வறட்டுத்தனமான, அருவமான சண்டைகளுக்குப் பிறகு, அதிகரித்துவரும் எண்ணிக்கையில் தொல்லியலார் தற்போது களப்பணியில் கவனம் செலுத்துகின்றனர். கடந்த காலத்தில் ஏற்பட்டுள்ள மாற்றங்களை விளக்குவதற்காக முன்வைக்கப்படும் விளக்கங்கள் மிகச் சிக்கலானதாக ஆகிவருவதுடன் எண்ணற்ற காரணிகளையும் (அவை 'பல்மாறுபாட்டு விளக்கங்கள்' எனக் குறிப்பிடப்படுகின்றன) உள்ளடக்கியிருக்கின்றன; இதன் விளைவாக அவை அனேகமாக மிகவும் யதார்த்தமாக இருக்கின்றன. அப்படி இருந்தாலும், 'உண்மையான கடந்த காலத்தை' நாம் என்றென்றும் மீண்டும் உருவாக்கவே முடியாது. அது எல்லையற்ற விதத்தில் மாறுபட்டதாகவும் சிக்கலானதாகவும் இருக்கிறது. வரலாற்றாசிரியர்கள் செய்வதைப் போல, செயல்பாட்டிலுள்ள முதன்மையான காரணிகள் மற்றும் பாதிப்புகளில் சிலவற்றைத் தெளிவாக்கிக்கொள்ள நம்பிக்கை கொள்வதே நாம் செய்யக்கூடிய சிறந்த காரியம்.

இதற்கு முன்பு எழுப்புவதற்கு யாருக்கும் நேரமோ, கருவிகளோ, அல்லது விருப்பமோ இல்லாத வெளிப்படையான கேள்விகளுக்கு வியப்பை ஏற்படுத்தாத விடைகளைக் கண்டறிவதற்கான உத்திகளையே கோட்பாட்டுத் தொல்லியலில் பெரும்பகுதி கொண்டிருந்தது என்று வெறுப்பு வேதாந்திகள் வாதிட்டிருக்கிறார்கள். இந்தக் கருத்துப்பொருளில் பெரும்

பகுதியை எப்போதும் நிஜமான தொல்லியல் சான்றுகளுக்குப் பொருத்திப் பார்க்க முடியாது. இலட்சிய மாதிரிகளுக்கும் கணினி பாவிப்புக்கும் மட்டுமே பொருத்திப் பார்க்க முடியும்; பொருளார்ந்த மொழியிலோ அல்லது சுவையான விதத்திலோ பாமரனுக்குத் தெரிவிக்க முடியாது (இயல் 9) என்பதால் இந்தத் துறையின் அடிப்படைகள் முழுவதுமாகப் புறக்கணிக்கப் படுகின்றன. தொல்லியல் கோட்பாட்டாளர்கள் அழகான, மிகவும் நம்பத்தக்க கதைகளைப் பல நேரங்களில் உருவாக்கு கிறார்கள். இக்கதைகள் உண்மையுடனோ அல்லது சிறிய மனிதர்கள் மல்லாட முயன்றுகொண்டிருக்கும் தொல்லியல் தரவுகள் என்ற நிஜ உலகத்துடனோ சிறிதளவு தொடர்புகூட கொண்டிருப்பதில்லை.

இயல் 8
சிறுபான்மையினரும் மகளிரும்

மிக அண்மைக்காலம் வரையில், தொல்லியலார் தீங்கற்றவர்களாகவும், கள்ளங்கபடமற்ற தகவல் தேடுபவர்களாகவும் தாங்கள் பணியாற்றும் பகுதிகளுக்கு அல்லது நாடுகளுக்கு கடந்த காலத்தை உயிர்ப்பிப்பதன் மூலமாகவும் பழம் பெருமைகளை நினைப்பூட்டுவதன் மூலமாகவும் நன்மையே செய்யக்கூடியவர்களாகவும் பார்க்கப்பட்டார்கள் – அல்லது குறைந்தது அவர்கள் தங்களை அப்படித்தான் பார்த்தார்கள். எனினும், 1970களிலிருந்து அவர்கள் – மானிடவியலாளர்களும் – எல்லா தரப்பிலிருந்தும் பழிதூற்றப்பட்டார்கள். அது அவர்களுக்கு ஒரு விதமான அதிர்ச்சியாக இருந்தது. இனவாதம், ஐரோப்பியமையவாதம், புதுக்காலனியம், கல்லறையைக் கொள்ளையடித்தல், ஆணாதிக்க வாதம் ஆகிய குற்றச்சாட்டுகளை (அனைத்தும் ஒரே நேரத்தில், அல்லது அதே வரிசையில் இருக்க வேண்டியதில்லை) அவர்கள் சந்திக்க வேண்டியிருந்தது. அனுபவமற்ற இளமை முடிந்து விட்டது; தொல்லியல் ஒரு பெரும் சப்தத்துடன் பூமியில் விழுந்து விட்டது. தன் வழக்கங்களையும் குறிக்கோள்களையும் ஒரு நீண்ட, கடுமையான, மற்றும் விமர்சனபூர்வமான ஆய்வுக்கு உட்படுத்த வேண்டியிருந்தது.

கடந்த காலத்தில், மொத்தத்தில், தொல்லியலார் – காலனியம் அல்லது மேற்கத்திய ஆதிக்கத்தின் பின்னணியில் – தாங்கள் விரும்பிய எந்த இடத்தில் வேண்டுமானாலும் ஆய்வு செய்வதற்கு அல்லது தோண்டுவதற்கும், உள்ளூர் மக்களிடமிருந்து கொஞ்சம் கூட அனுமதி வாங்காமல் அல்லது அவர்களைக் கலந்தாலோசிக்காமல் மனித எச்சங்களையும் புனிதமான பொருள்களையும்

அருங்காட்சியகங்களுக்கு எடுத்துச் செல்லவும் தங்களுக்கு உரிமை இருந்ததாகக் கருதினார்கள். உள்ளூர் மக்கள் சிறப்பான நிலையில் வழிகாட்டிகளாகவும் தொழிலாளர்களாகவும் பணியமர்த்தப்பட்டார்கள், இழிவான நிலையில் முழுவதுமாகப் புறக்கணிக்கப்பட்டார்கள். எனினும், தற்போது சில பழங்குடிக் குழுக்கள், குறிப்பாக வட அமெரிக்காவிலும் ஆஸ்திரேலியா/ நியூசிலாந்திலும் உரத்துக் குரல் எழுப்புவதோடு மட்டுமல்லாமல் செல்வாக்கு உடையவர்களாகவும் இருக்கிறார்கள்.

இக்கோரிக்கைகளில் உள்ளூர் மக்களைக் கலந்தாலோசித்து அவர்களிடம் அனுமதி, ஆலோசனை மற்றும் உதவி நாடுதல் என்ற எளிய மரியாதை போன்ற சில முழுவதுமாக நியாய மானவை. 1989ல் 'மீண்டும் புதைத்தல்' தொடர்பாக நடைபெற்ற ஒரு மாநாட்டில் ஒரு பழங்குடி அமெரிக்கர் சொன்னதுபோல, 'நீங்கள் முன் கதவைத் தட்டி, கேட்க வேண்டும் அவ்வளவுதான். எதற்காக ஜன்னல் வழியாக ஏறித் திருடுகிறீர்கள்?' பெரும்பாலான தொல்லியலாரும் மானிடவியலாரும்கூட தெரிந்த தனிநபர் களுக்குச் சொந்தமான அண்மைக்கால மனித எச்சங்களையும், அல்லது குறிப்பாகப் புனிதப் பொருள்களையும் திருப்பிக் கொடுப் பதைப் பின்பற்றுகிறார்கள். (தென்மேற்கு அமெரிக்காவின் சூனி இனத்தவரின் போர்க் கடவுளர்கள் போன்றவை. இவற்றை அகற்றுவதற்கு சூனி இனத்தவர் எப்போதும் ஒத்துக்கொண்டிருக்க மாட்டார்கள் என்பதால், நிச்சயமாக இவை கொள்ளையிடப் பட்டன).

பழங்குடி மக்களின் கோரிக்கைகள் மிகவும் பரந்ததாகவும் அனைத்து மனித எச்சங்களையும் (மிகவும் தொன்மை மாதிரிகள் உள்பட) அல்லது பயன்பாட்டுப் பொருள் தொகுப்புகள் முழு வதையும் உள்ளடக்கியதாகவும் இருக்கும்போது பிரச்சினைகள் தோன்றுகின்றன. சிலவற்றின் விஷயத்தில், அவை முட்டாள் தனமான எல்லைகளுக்கும்கூட செல்கின்றன; எடுத்துக்காட்டாக, அமெரிக்காவில் தொல்லியல் இடங்களிலிருந்து தற்போது மீட்டு எடுக்கப்படும் மனிதத் தலைமுடியிலிருந்து இயல்பாகவே உதிர்ந்த கற்றைகளைக்கூட சில பழங்குடி அமெரிக்கர்கள் மனித எச்சங்களாக (ஆகையால் புனிதமானது) அறிவித்துள்ளார்கள். அவற்றைத் திருப்பிக் கொடுக்க கோரிக்கை எழுப்பப்படுகிறது!

நல்லவர்கள், மோசமானவர்கள், அறத்திற்குப் புறம்பாக நடப்பவர்கள்

1970களின் ஆரம்பத்தில் நான் முதன்முதலாகத் தொல்லியலைப் பயிலத் தொடங்கியபோது, அது அப்போதும்கூட 'பெரிய நாடு களைச்' சேர்ந்தவர்களாலேயே முதன்மையாக நிறைவேற்றப் பட்ட, தன்னளவில் முக்கியத்துவம் கொண்ட, தன்னளவில் திருப்தி கொண்ட ஒரு துறையாகவே இருந்தது. இவர்கள் தாங்கள் தேர்ந்தெடுத்த எதை வேண்டுமானாலும் எங்கு வேண்டுமானலும் ஆய்வு செய்தார்கள். இவர்களது சுதந்திரமான நடவடிக்கைக்குப் போர் நடப்புகளும் இயற்கையான இடங்களும் மட்டுமே தடை களாக இருந்தன. அப்போது அறம் என்ற சொல்லை விரிவுரை களிலோ அல்லது நூல்களிலோ சந்தித்ததாக எனக்கு நினை வில்லை. தொல்லியலார் சமூகத்தை (பணி முன்னேற்றம், சகாக்களின் மரியாதை) முதலிலும், பிறகு படித்த மக்களையும் இறுதியாக – எப்போதாவது – இதர மனித சமூகத்தையும் குறிக்கோளாகக் கொண்டு அறிவு பெறப்பட்டு, பரப்பப்பட்டது.

வேடிக்கையான வகையில், தொல்லியலார், நாம் ஏற்கெனவே கண்டதைப் போல, கற்கருவித் தொழில்கள் அல்லது மட்பாண்டப் பாணிகள், இனக்கலப்புச் செய்தல் அல்லது இடம்பெயர்தலைக் கருத்தில்கொண்டு கலைப் பொருள்களை மக்களைப் போல நடத்தியது மட்டுமல்ல (இயல் 7) மனித எச்சங்களையும் கலைப் பொருள்களாக நடத்தினர். 'சம்பந்தப்பட்ட உடல்களிடம்' இருந்து அனுமதி பெற யாரும் முயலவில்லை. நீண்ட காலத்திற்கு முன் இறந்துபோனவர்களின் மனங்களில் தங்களை நுழைத்துக் கொள்ள முயல்வது என்ற 'கற்பனை அனுபவ' அணுகுமுறைக்கு ஆதரவு அளிப்பவர்கள், புதைத்தல்களைத் தகவலுக்கான ஆதாரங்களாக மட்டுமே பாவிப்பதில் எந்த முரண்பாட்டையும் காணவில்லை. தலைசிறந்த 'கற்பனை அனுபவஸ்தரான' சர் மார்டிமர் வீலர் ஒரு தொலைக்காட்சி நேர்காணலில் சொன்னது போல:

> இறப்பில் அமைதி பெற்றிருப்பவர்களைத் தொந்தரவு செய்வதில் எனக்கு நம்பிக்கை இல்லை… அது உணர்ச்சிப்பாங்கான மரபு மட்டுமே. இல்லை – சுற்றிக் கிண்ணங்களையும் பொருள்களையும் கொண்ட ஒரு மனிதனை நீங்கள் தோண்டினால்… அவர்கள் இறந்து

தெற்கு மொராவியாவில் மிகுலெய்ஸில் முலாம் பூசப்பட்ட குதிமுள்களுடன் கூடிய ஒரு முழு மனித எலும்புக்கூட்டின் கல்லறை

போய்விட்டார்கள். அவர்கள் இறந்துபோய்விட்டார்கள். அவர்கள் நீண்டகாலமாகவே இறந்தவர்களாக இருந்தார்கள்... நீண்டகாலத் திற்கு இறந்தவர்களாகவும் இருக்கப்போகிறார்கள்... இருந்தும் அவர்கள் இறந்தவர்களே. ஆனால் அவர்களைச் சுற்றி நமக்கு ஆர்வத்தை ஏற்படுத்தக்கூடிய அனைத்து வகையான பொருள்களும் இருக்கின்றன. அவர்கள் நமது வரலாற்றின் ஒரு சிறு பகுதியை அறிய தொலைவுத் தோற்றத்தில் இருந்த நமக்கு உதவினார்கள். மற்றபடி அதை நாம் அடைந்திருக்கமாட்டோம். உலகத்தையும் நாம் வாழ்ந்து கொண்டிருக்கும் வரலாற்றையும் மீட்டுருவாக்க அவர்கள் நமக்கு உதவினார்கள். அது உருப்படியானதுதான் என்று நான் நினைக் கிறேன். இந்த அப்பாவிப் பேர்வழிகளுக்கு நாம் ஊறு ஏதும் செய்வதில்லை. நான் இறந்துவிட்ட பிறகு நீங்கள் என்னைப் பத்து முறை வரை தோண்டலாம். எனக்கு சம்மதமே. நான் உங்களைப் பேயாக வட்டமிட மாட்டேன் – பெரிய அளவுக்கு.

அல்லது ஒரு பழைய தொல்லியல் நகைச்சுவைத் துணுக்கு சொல்வது போல, 'நான் இறந்தால், 'பி' கட்டக் கல்லறைப் பொருள்களுடன் கூடிய ஒரு நீட்டப்பட்ட புதைப்பு என்று மட்டும் என்னைப் பற்றி நினைத்துக்கொள்ளுங்கள்.'

எனினும், 1970களின் முடிவில், மூதாதையர்களுக்குரிய மனித எச்சங்களைத் தொந்தரவு செய்தல், ஆராய்தல் மற்றும் காட்சிப் படுத்துதல் குறித்து வடஅமெரிக்கா மற்றும் ஆஸ்திரேலியாவின் பழங்குடி மக்களிடமிருந்தும், இஸ்ரேல் நாட்டுக் கடும் ஆசார யூதர்களிடமிருந்தும், முதல் அதிருப்திக் குமுறல்கள் கேட்கத் தொடங்கின. இந்நிலைமையில் ஓர் அதிரடி மாற்றத்தைக் கடந்த இருபதாண்டுகள் கண்டிருக்கின்றன. இதில் ஒரு காலத்தில் மர்மமாக இருந்த பிரச்சினை பெரிய செய்தியாகி, ஒரு பெரிய விஷயமாகவும் ஆகியிருக்கிறது. ஆஸ்திரேலியாவிலும் வட அமெரிக்காவிலும் உள்ள அருங்காட்சியகங்கள் சேகரிப்புகளைத் திருப்பிக் கொடுத்ததும், இப்பிரச்சினை தொடர்பாக மாநாடுகள் நடத்தப்பட்டதும், அறமும் கடந்தகாலத் தவறுகளும் எவ்வாறு வேகமாகத் தொல்லியலின் பிரதான இடத்துக்கு நகர்ந்திருக் கின்றன என்பதை வெளிப்படுத்துகின்றன.

ஆஸ்திரேலியாவிலும் வட அமெரிக்காவிலும் உள்ளூர்ப் பழங்குடி மக்கள் வெள்ளைக்காரர்களா அச்சுறுத்தும் வகையில் நடத்தப்பட்டனர். அவர்களுடைய நாட்டை அவர்களிடமிருந்து எடுத்துக்கொள்ள விரும்பியதைத் தவிர அவன் பொதுவாக வேறு எந்தத் தீங்கும் அவர்களுக்கு இழைக்க நினைத்ததில்லை! கடந்த சில பத்தாண்டுகளில் அதிகரித்த பழங்குடி மக்களின் அரசியல் அதிகாரம், தொல்லியலாராலும் மானிடவியலாராலும் புனித மான அல்லது கல்லறை இடங்கள் அசுத்தப்படுத்தப்பட்டதற்கு எண்ணற்ற உதாரணங்கள் உள்பட, காலனியக் காலத்தின் தீவினைகள் குறித்து அவர்களைக் கவனம் செலுத்த வைத்திருக் கிறது. பழங்குடி மக்களும் இந்தியர்களும் சோதனைக்கூட மாதிரிகளாகப் பார்க்கப்பட்டனர். எண்ணற்ற அருங்காட்சியகங் களில் உள்ள அவர்களது பொருள்கள் அனைத்தின் – மனித எச்சங்கள் மற்றும் கலைப் பொருள்கள் ஆகிய இரண்டுமே – விதியும் பெரும் குறியீட்டு முக்கியத்துவத்தை அடைந்துள்ளன. இறந்துபோனவர்கள் குறித்துப் பழங்குடி மக்கள் பரந்த அளவி லான மனப்பான்மையைக் கொண்டுள்ளதால், ஒரு நாட்டுக் குள்ளேயே ஒற்றையான, ஒருங்கிணைந்த சுதேசி மரபு எதுவும் இல்லை. ஆனால் தார்மீக விஷயத்தை மறுத்துக் கூற முடியாத தால், ஏராளமான பொருள்களை மறுபுதைப்புக்கு அல்லது பாதுகாப்பாக வைத்திருப்பதற்குத் திருப்பிக் கொடுப்பதன் மூலம்

தொல்லியலார் தங்களால் இயன்ற வகையில் தவறுகளைச் சரிசெய்யத் தொடங்கியிருக்கிறார்கள். யாருடைய மூதாதையர்களின் வாழ்க்கை ஆராயப்படுகிறதோ அந்த வாழும் மக்களை மதிப்பதற்கும் கலந்தாலோசிப்பதற்கும் தொல்லியல் கடமைப் பட்டிருப்பதை ஏற்றுக்கொண்டு பல்வேறு நாடுகளில் அற விதிகளும் மேற்கொள்ளப்பட்டுள்ளன. தடை சொல்லாமல் உடன்படுதல், பேச்சுவார்த்தை, சமரசம், ஆய்வின் அனைத்துக் கட்டங்களிலும் பழங்குடி மக்களை ஈடுபடுத்துதல் ஆகியவற்றின் கலவையிலேயே எதிர்காலம் உள்ளது. நடைமுறை உறவுகள் முன்னேற்றம் அடைந்துள்ளன. தங்கள் வரலாற்றுக்கும் தங்கள் கலாசாரத்தை மீட்டுருவாக்குவதற்கும் தொல்லியல் ஆற்றக்கூடிய பங்களிப்பைத் தற்போது போற்றுகிற பழங்குடி மக்களின் எண்ணிக்கையும் அதிகரித்து வருகிறது.

இவ்விஷயத்தில் மோதல் கட்டம் முடிந்துவிட்டதாகத் தற்போது தோன்றுகிறது. பரஸ்பர மரியாதையும் ஒத்துழைப்பும் நன்கு நிறுவப்பட்டுவிட்டதாகத் தோன்றுகிறது, இஸ்ரேலைத் தவிர. இஸ்ரேலில் கல்லறைகளின் தூய்மை கெடுக்கப்படுவதாகக் குற்றம் சாட்டி அதற்கு போர் மனப்பான்மை கொண்ட, கடும் ஆசார யூதர்கள் இன்னமும் வன்மையாக ஆட்சேபிக்கிறார்கள். ஆசாரப் போராட்டக்காரர்கள் கல்லறைக் குகைகளினுள் தாங்கள் படுத்துக்கொள்வதன் மூலமும், களத்தில் தொல்லியலாரை அச்சுறுத்துவதன் மூலமும், அவர்கள் வீட்டில் இருக்கும்போது தொலைபேசி மற்றும் கடிதம் மூலமாகத் தொல்லை கொடுப்பதன் மூலமும் அகழாய்வுகளைத் தடுக்க முயல்கிறார்கள். அகழாய்வு செய்பவர்கள் இரவில் பணிபுரிபவர்களாகவும், உண்மையான களத்திலிருந்து கவனத்தைத் திசைதிருப்ப 'போலியாகத் தோண்டுவதற்கு' போக்குக் காட்டும் குழுக்களை அனுப்புபவர்களாகவும் அறியப்பட்டுள்ளார்கள். ஆசார அரசியல் கட்சிகள் 'எங்கள் தந்தையரின் கல்லறைகளை மாசுபடுத்துவது' தொடர்பான தங்கள் போராட்டங்களைத் தொடர்ந்து மேற்கொள்ளவிருப்பதாகச் சூளுரைத்துள்ளன. தோண்டும்போது மனித எச்சம் ஏதாவது கிடைத்தால் அதனை உடனடியாக மீண்டும் புதைக்க தொல்லியலார் ஏற்கெனவே ஒப்புக்கொள்ள வேண்டியிருந்தது, இது மானிடவியல் ஆய்வைத் தடுக்கிறது என்றபோதிலும்.

பிணமும் கொள்ளைக்காரர்களும்

இறந்துபோனவர்களைக் கடந்த காலத்தில் தொல்லை செய்த நிகழ்வுகள் அனைத்தும் எவ்விதத்திலும் தொல்லியலாரால் மட்டுமே நிறைவேற்றப்படவில்லை, அவை அயல்நாட்டு சுதேசி மக்களின் எச்சங்களுடன் மட்டுமே நின்றுவிடவில்லை. சில தொடக்ககாலத் தொல்லியலார் அருமையான மற்றும் உன்னத மான உள்நோக்கங்களை நிச்சயம் கொண்டிருந்தனர். 'உலகின் இரண்டாவது பழமையான தொழில்' என்று சில நேரங்களில் அழைக்கப்படும் கல்லறைக் கொள்ளை எப்போதுமே மிகுதியாக நடைபெற்றது; எடுத்துக்காட்டாக, எகிப்தில் கி.மு. பன்னிரண்டாம் நூற்றாண்டைச் சேர்ந்த பாரோக்கள் (அரசர்கள்) தீப்ஸ் பள்ளத் தாக்கிலுள்ள சமாதிகள் மொத்தமாகக் கொள்ளையடிக்கப்பட்டுக் கொண்டிருந்ததை விசாரிக்க ஒரு குழுவை நியமிக்கவேண்டி யிருந்தது. எகிப்திலுள்ள சாதாரண, பாறையில் வெட்டப்பட்டுள்ள சமாதிகளில் 99 சதவீதம் தொல்பழங்காலத்திலேயே கொள்ளை யடிக்கப்பட்டுவிட்டன. அபாயத்திற்குத் துணியத் தகுதியற்ற அல்லது உழைப்பைச் செலவிடத் தகுதியற்ற உள்ளடக்கங்களைக் கொண்டுள்ள கல்லறைகளுடன் நாம் விடப்பட்டுள்ளோம். அரச குடும்பத்தினரின் கல்லறைகளில் ஒன்றுகூட முழுவதுமாகத் தப்பவில்லை, டூட் அரசனின் கல்லறையும்கூட.

வட அமெரிக்காவில் இந்நிகழ்வு கடுந்தூய்மைச் சமயத்தார் காலத்தில் நடைபெற்றுக்கொண்டிருந்தது. அவர்கள் இந்தியர் களின் கல்லறைகளிலுள்ள பொருள்கள் 'எந்த உருப்படியான காரணமும் இல்லாமல் பூமியில் அழுகிக்கொண்டிருப்பதாக' கருதினர். 1610ஆம் ஆண்டிலேயே பதிவுசெய்யப்பட்ட அவர் களது எதிர்வினை, கல்லறைகளைக் கொள்ளையடிப்பதன் மூலமாக பொருள்களை 'விடுதலை செய்வதாக' இருந்தது: ஒரு புறச் சமய மூடநம்பிக்கையை ஒழிக்க உதவுகிறது என்ற விதத்தில் கல்லறையைக் கொள்ளையடித்தல் ஒரு மதச் செயலாக நியாயப் படுத்தப்படலாம். எனினும் எடுத்துக்காட்டாக, மசாசூசெட் இந்தியர்கள், இறந்துபோனவர்களின் நினைவுச் சின்னங்களை மாசுபடுத்துவதைக் கொடியதாகவும் மனிதத்தன்மையற்றதாகவும் கருதினார்கள் என்று அவர்களுக்குத் தெரிந்திருந்தது.

இதற்கு நேர்மாறாக, பெரும்பாலான தொல்லியலார் இன வெறியர்களாகவும் கொள்ளைக்காரர்களாகவும் பழிக்கப்படக்

கூடாதவர்கள். உண்மையில் சில தொடக்ககால அகழாய் வாளர்கள் கொள்ளைக்காரர்களைவிட சற்று மேலான ஆட்களாக இருந்தார்கள். ஆனால் கடந்தகாலத்துக் கொள்ளைக்காரர்களுடன் இன்றைய தொழில்முறையாளர்களைச் சேர்த்துவிட முடியாது. எப்படியும், மண் அரிப்பு, கட்டுமானம் மற்றும் இன்ன பிறவற்றின் மூலமாகவே எதிர்பாராத விதத்திலும் தற்செயலாகவும் பல கல்லறைகள் எதிர்கொள்ளப்படுகின்றன. அது 'மீட்பு' அல்லது 'அழிவுமீட்பு' அகழாய்வுகளுக்கு இட்டுச்செல்கிறது.

தொல்லியல் வரலாற்றில் மனித எச்சங்களும் கல்லறைகளும் நிச்சயமாகப் பெரும் முக்கியத்துவம் கொண்டுள்ளன. ஆனால் தொல்லியலார் ஆய்வு செய்யக்கூடியதில் அவை இன்னமும் ஒரு சிறிய பகுதி மட்டுமே. வாழும் தொல்லியலார் அனைவராலும் தங்கள் பல பிறவிகளில் ஆய்வு செய்யப்படக்கூடியவற்றைவிட அதிக தொல்லியல் களங்களை இன்று நாம் அறிந்திருக்கிறோம்; பிரசுரிக்கப்படாத அகழாய்வுகளும் பொருள்களும் அருங் காட்சியகங்களிலும் நிறுவனங்களிலும் ஏராளமாக எஞ்சியிருக் கின்றன. கல்லறைகளை ஆய்வுரீதியாகத் தோண்டிப் பார்க்க உண்மையில் இன்று எந்த சாக்கும் இல்லை – மேலே குறிப் பிட்டது போல, மீட்பு அகழாய்வு இறந்துபோனவர்களுடனான பெரும்பாலான தொல்லியல் எதிர்கொள்ளல்களுக்குத் தற்போது ஆதாரமாக உள்ளது. எனவே விடை காணவேண்டிய அடிப்படைக் கேள்விகள்: அழிவுமீட்பு எவ்வாறு நிகழ்த்தப்பட வேண்டும், ஏற்கெனவே தோண்டியெடுக்கப்பட்டுத் தொகுக்கப்பட்ட எச்சங் களை என்ன செய்ய வேண்டும்?

எலும்புக்கூடுகளை மீண்டும் புதைக்க மானிடவியல் தரப்பில் எழுப்பப்படும் முக்கிய மறுப்பு என்னவென்றால், எந்த ஓர் ஆய்வும் எப்போதும் அறுதியானதல்ல என்பதும் எச்சங்களி லிருந்து அதிகமான, பல்வேறு வகையான தகவல்களைப் பெறக்கூடிய புதிய வழிமுறைகள் உருவாக்கப்படும் என்பதுமே. நிச்சயமாக இது உண்மைதான் (இறந்துபோனவர்களுக்கு இது வசதிக்குறைவு என்றபோதிலும்); புதிய வழிமுறைகள் புறக் கூறுகளுடனோ (இவ்விஷயத்தில் அசலைப்போலவே ஒரு நல்ல வார்ப்பும் அறிவுறுத்துவதாக இருக்க வேண்டும்) அல்லது அகக் கூறுகளுடனோ (மரபியல் பொருள்கள் போன்றவை) சம்பந்தப் பட்டிருக்கும், இதற்கு ஒரு சிறு மாதிரியே போதுமானதாக இருக்க

வேண்டும் - எனவே, ஒரு சமரசமாக ஒவ்வொரு எலும்புக் கூட்டிலிருந்தும் ஒரு பல்லையோ அல்லது எலும்புத் துண்டையோ வைத்துக்கொள்ளலாம். எப்படியும், ஆராய்ச்சிக்குக் கிடைக்கக் கூடிய பல ஆயிரக்கணக்கான எலும்புக் கூடுகள் எப்போதும் இருக்கும். இவை உலகம் முழுவதிலும் அருங்காட்சியகங்களில் பாதுகாக்கப்படுகின்றன. இவற்றை மீண்டும் புதைக்க யாரும் விரும்புவதில்லை. வடஅமெரிக்கா, ஆஸ்திரேலியா போன்ற மிகவும் கூருணர்வு கொண்ட பகுதிகளில் இவ்விஷயம் குறித்துப் பழங்குடி மக்கள் பல்வேறு மாறுபட்ட கருத்துகளைக் கொண்டிருக் கிறார்கள். அங்கு பல உள்ளூர் சமூகங்கள் எச்சங்களைப் பற்றி ஏதோ ஒரு வகையான ஆய்வுக்கு ஆதரவாக இருக்கின்றன. அழிவு மீட்பு அகழாய்வுகள் நிச்சயமாகத் தொடரும் என்பதாலும், வளர்ச்சி மற்றும் கட்டுமானத்தின் வேகம் தீவிரமடையும்போது அதிகரிக்கவும் செய்யும் என்பதாலும் புதிய மாதிரிகளுக்கான பங்கீடுகள் வற்றிவிடாது. எனவே சில சேகரிப்புகளை மீண்டும் புதைத்தல் என்பது 'அறிவியலுக்கு' முதல் பார்வைக்குத் தென்படு வதைப் போல அனேகமாக ஒரு அடியாக இருக்காது.

தொல்லியலுக்குப் பொறுப்புகள் உள்ளன எனும் வகையில் அது பிற துறைகளிலிருந்து வித்தியாசமான ஒன்றல்ல. தொல்லிய லார் இதர சிறுபான்மையினர் மீது மேலாதிக்கம் செலுத்தக் கூடாது. கடந்த காலத்து மக்களின் எச்சங்களை வேண்டுமென்றே குலைத்து, அவர்களின் சமாதிகளை அழித்து, அவர்களின் உடல் களையும் கல்லறைப் பொருள்களையும் அகற்றுவதன் மூலம் அவர்களுக்கு ஒரு மரியாதையை எவ்வாறு மீண்டும் ஏற்படுத்தித் தருவது என்பதே தொல்லியலாரின் அடிப்படைப் பிரச்சினை. சில விதங்களில், மறுபுதைப்பு விஷயம் என்பது பல காரணி களுடன் தொடர்புடைய ஒரு சிக்கலான பிரச்சினை. ஒவ்வொரு எடுத்துக்காட்டிலும் தீர்வு, கால அட்டவணை, விவரங்கள் ஆகியவற்றைக் கண்டறிவது என்பது நிச்சயமாக ஏய்ப்பதாக இருக்கலாம். ஆனால் மொத்தத்தில், தொல்லியல் சீர்திருத்தப் பட்டிருக்கிறது - இவ்விஷயத்தில் அது 'கள்ளங்கபடின்மை இழப்பை'விடக் குற்ற உணர்ச்சியை உணர்ந்ததைத்தான் அதிகம் அனுபவித்திருக்கிறது. மோசமான மருத்துவர்கள் தங்கள் பிழை களைப் புதைக்கும்போது, நல்ல தொல்லியலாரும் அவ்வாறே தங்கள் பிழைகளையும் மீண்டும் புதைக்க வேண்டும்.

கடந்த காலத்தில், தொல்லியலார் தங்கள் ஆய்வு குறித்து எழுப்பப்பட்ட அனைத்து ஆட்சேபணைகளையும் அறியாமை யின் அடிப்படையில் அமைந்ததாகவும், எங்கு வேண்டுமானாலும் எவ்வாறு வேண்டுமானாலும் தாங்கள் விரும்பியவாறு தங்கள் பணியை மேற்கொள்வதற்கான உள்ளார்ந்த மற்றும் தங்களை விட்டுப் பிரிக்க முடியாத உரிமையை அத்துமீறுவதாகவும் பாவித்தார்கள். அவர்கள் தங்கள் சுதந்திரத்தைப் போற்றினார்கள், அதனை முரட்டுத்தனமாகப் பாதுகாத்தார்கள், எதைப் பற்றியும் தங்களுக்கு உபதேசிக்கப்படுவதைக் குற்றம் கண்டார்கள். மேற் பார்வை இல்லாமல் தங்கள் தொழிலை மேற்கொள்ளப் பெரு முயற்சி செய்தார்கள். எனினும், தற்போது தொல்லியலார் பரிசோதிக்க விழையும் பொருள்கள் மீது மற்ற குழுக்களுக்கும் சட்டபூர்வ உரிமைகள் அல்லது செல்லத்தக்க ஆர்வம் இருப்பதை அவர்கள் ஒப்புக்கொள்ள வேண்டியிருந்தது. கடந்த காலத்து எச்சங்களுக்கு இனி அவர்கள் மட்டுமே பாதுகாவலர்கள் அல்ல. அவர்களது பணி மிகப் பெரிய சமூகப் பங்களிப்பினைத் தாங்கி இருக்கிறது.

ஒரு பிரச்சினைக்குப் பின்னால் நிச்சயம் ஒரு பெண் இருப்பாள்

தொல்லியலின் அடிப்படைச் சொற்களில் (எடுத்துக்காட்டாக 'ஆதி மனிதன்') மட்டுமல்ல, வேட்டை உத்திகள் மற்றும் ஈட்டி முனைகள் போன்ற கருவிகள் சான்றளிப்பது போல ஆண்களின் நடவடிக்கைகளாகக் கருதப்படுவதற்கு அழுத்தம் அளிப்பதிலும் தொல்லியல் மரபுரீதியாக ஆணையே மையமாகக் கொண்டதாக எவ்வித நியாயமும் இன்றிக் கருதப்பட்டு வந்திருக்கிறது; எனவே தொல்லியல் தொழில்துறைப் பயிற்சியில் மட்டுமல்ல, அதன் விளக்கங்களிலும் பால்ரீதியான பாரபட்சத்தை எதிர்த்து வெளிப்படையாகவே போராட வேண்டும் என்று வாதம் செய்யப் பட்டுள்ளது. நெருக்கடியான நேரங்களில் பெண்களின் முன்னிலை யில் ஒருவர் தன் உண்மையான உணர்வுகளை வெளியிட முடியாது என்பதால் அகழாய்வுகளில் பெண்கள் ஈடுபடுவதற்கு எதிரான வாதத்தை ஜே.பி. ட்ரூப் 1915இல் எழுதிய 'தொல்லியல் அகழ்வு' (ஆர்க்கியாலஜிகல் எக்ஸ்கவேசன்) என்ற நூல் முன்வைத்தது. அந்நூல் எழுப்பிய தொனியிலிருந்து நாம் முன்னேறியிருக்கிறோம் என்று நாம் நம்பிக்கை கொள்கிறோம். அவர் பின்வருமாறு

எழுதுகிறார்:

பயிற்சிபெற்ற ஒரு பெண் அகழாய்வாளரைப் பணியில் நான் எப்போதும் கண்டதேயில்லை... எனினும் இருபாலாரும் கலந்து கொண்ட ஓர் அகழாய்வில் ஒன்றை கவனித்திருக்கிறேன்... அகழாய்வுக்கு முன்பும் பின்பும் (பெண் மணிகள்) வசீகரமாக இருந்ததாக எண்ணினேன்; எனினும் அகழாய்வின்போது... அவர்களிடம் வசீகரம் காணப்படவில்லை... திருமணம் நீங்கலாக, ஒரு மனிதன் மிகவும் மகிழ்ச்சியாகத் தன் மனைவியுடன் ஒரு சிறு அகழாய்வை மேற்கொள்வதை என்னால் கற்பனை செய்து பார்க்க முடியும், இருபாலாரும் கலந்துகொள்ளும் அகழாய்வு என்பது சூழலில் நெகிழ்வுத்தன்மையின் இழப்பையும் அதைத் தொடர்ந்து செயல்திறத்தின் இழப்பையும் குறிப்பதாக நான் கருதுகிறேன்... நீங்கள் நினைப்பதை மொழிபெயர்ப்பு இன்றிச் சொல்ல விரும்பும் தருணங்களும் நிகழும், இதனைப் பெண்கள் முன்னால்... செய்ய இயலாது.

எனினும், அண்மைக் காலங்களிலும்கூட தொழில்முறைத் தொல்லியலில் பெண்களுக்கு எல்லாம் சுலபமானதாக இருந்து விடவில்லை. அன்னா ஷெப்பர்ட் பின்வருமாறு கூறுகிறார்:

ஓர் இளம்பெண் களப்பணிக்கு ஏற்றவளல்ல என்று பெரும்பாலான மக்கள் கருதுவதை நான், நன்கறிவேன். முகாம் வாழ்க்கையின் 'வசதிக் குறைவுகளையும்' 'சிரமங்களையும்' பொருத்தவரை இந்த எண்ணம் ஒரு நகைச்சுவைத் துணுக்கு என்று எண்ணுகிறேன்... எனினும் இந்தப் பொதுவான நம்பிக்கையின் காரணமாக ஓர் இளம் பெண் தொல்லியலில் வாய்ப்பு ஏதாவது பெறுவதற்கு சில சிறப்புத் தகுதி களைக் காண்பிக்க வேண்டும். சோதனைக்கூடப் பணியின் மூலமாகக் களப்பணியில் ஈடுபடும் வாய்ப்பே மிகவும் நடைமுறைக்கு உகந்த தாகத் தோன்றுகிறது.

எனவே பாலின ஆய்வுகளுக்குத் தற்போது அளிக்கப்படும் வெளிப்படையான முக்கியத்துவம், கல்வித்துறை உள்ளிட்ட தற்கால வாழ்க்கையின் அனைத்து அம்சங்களுக்கும் பாலின சமத்துவத்தை நீட்டிக்கும் தேவையைப் பற்றி மிகப் பெரிய விழிப்புணர்வை உருவாக்க முயற்சிப்பதற்காக மட்டுமல்ல, பழங்காலச் சமூகங்கள் எவ்வாறு இயங்கியிருக்கலாம் என்பது குறித்த நமது புரிதலுக்கு அது ஆற்றும் கணிசமான பங்களிப்

ஸ்பிங்ஸ் ஒரு ஆண்!
ஸ்பிங்ஸ் ஒரு பெண்!

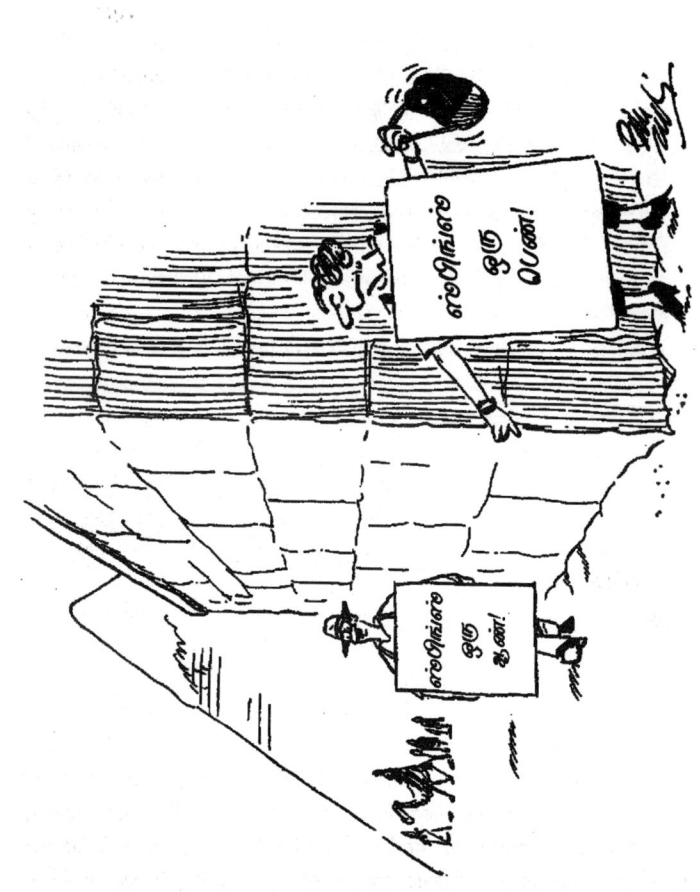

பிற்காகவும் வரவேற்கப்படக்கூடியது. எனினும், 'பாலினத் தொல்லியல்' என்று அழைக்கப்படுவது உண்மையில் பெண்ணியத் தொல்லியலே – சகோதரிகள் அதைத் தங்களுக்காகவே செய்து கொள்கிறார்கள்.

தொல்லியல் சான்றுகளில் பாலினம் (பாலினங்களுக்கு இடையே உயிரியல் வேறுபாடுகள் என்பதைவிடவும் சமூக மற்றும் பண்பாட்டு வேறுபாடுகள் என்ற பொருளில்) குறித்து கவனம் செலுத்துவதே வெளிப்படையாக ஒப்புக்கொள்ளப்பட்ட குறிக்கோள் ஆகும். ஆனால் நேர்மாறாக உத்தரவாதங்கள் இருந்த போதிலும் தொல் பழங்காலத்தில் பெண்களையும் ஆண்களையும் பால் பேதமற்ற வகையில் மீட்பதைவிடவும் கடந்த காலத்தில் பெண்களைக் கட்புலனாக்குவதே முக்கியக் குறிக்கோள் என்பது தெளிவு. முழுக்க முழுக்கப் பாராட்டக்கூடிய குறிக்கோள்; தொல் பழங்காலத்தில், பழங்கால எகிப்தில், ரோமானிய காலகட்டத்தில், வைகிங் காலகட்டத்தில் அல்லது வேறு எந்த காலகட்டத்திலாவது பெண்கள் என்றெல்லாம் நூல்கள் பெருகிக்கொண்டிருக்கும் தற்காலத்தில் மிகவும் நவீன பாணிக் குறிக்கோளும்கூட. தொல்லியல் சான்றுகளில் இதுவரையில் புறக்கணிக்கப்பட்ட அம்சங்கள் மீது புது வெளிச்சத்தைப் பாய்ச்சுவதையே குறிக் கோளாகக் கொண்ட, கடந்த காலம் பற்றிய 'பெண்ணிய' அணுகு முறையின் பகுதியான இந்நிகழ்வு, ஒரே வகையான ஆளுமை களால் உலகம் முழுவதும் வழக்கமாக நடத்தப்படும் அல்லது நடிக்கப்படும், எண்ணிக்கையில் அதிகரித்துக்கொண்டே போகும் கருத்தரங்குகளுடன் இணைந்திருக்கிறது. 'தொல்லியலில் பாலினம்' தொடர்பானது என்று குறிப்பிடப்பட்டாலும், இந்த நிகழ்ச்சிகள் பெண் பாலினம் குறித்தே மூச்சுத் திணற வைக்கும் வகையில் கவனம் செலுத்துகின்றன; பெண் தொல்லியலார் கொண்ட ஒரு பெருந்திரளும் அரசியல் ரீதியான நியாயத் தன்மையை ஒருவேளை விரும்பும் சில துணிச்சலான ஆண் களும் இவற்றில் பங்கேற்கின்றனர். எனவே இதற்கு முன்பு 'ஓரினப்புணர்ச்சியாளர்' என்ற சொல்லுக்கு ஆனதைப் போல 'பாலினம்' என்ற சொல்லும் கைப்பற்றப்படும் தீவிர அபாயத்தில் உள்ளது.

கடந்த காலத்தில் தொல்லியல் பற்றி நூல்களை அல்லது ஆய்வுக் கட்டுரைகளை எழுதிய ஆசிரியர்கள் (பெரும்பாலும்

ஆண்கள்) மனிதகுலம் முழுவதையும் குறிப்பிட 'மனிதன்' அல்லது 'மனிதர்கள்' என்ற சொற்களை வாடிக்கையாகப் பயன் படுத்தினர். இது சில பெண்களுக்கு தற்போது வெறுப்பானதாகத் தோன்றுவதை நாம் புரிந்துகொள்ளலாம் (எனினும் பல பெண் தொல்லியலார் இச்சொற்களைத் தொடர்ந்து பயன்படுத்தி வருகிறார்கள், வட அமெரிக்காவில்கூட என்றாலும்). ஆனால் பொதுவாக இது வெளிப்படையான பால்ரீதியான பாரபட்சம் மூலமாக செய்யப்படுவதில்லை. 'தொல்பழங்கால மனிதர்கள்' (1975) என்ற தனது நூல் பால்ரீதியாகப் பாரபட்சமுடையதாகக் காணப்படக் கூடும் என அமெரிக்கத் தொல்லியலாளர் ராபர்ட் ப்ரெய்ட்வுட்டுக்கு எப்போதாவது தோன்றியிருக்குமா என்று நான் சந்தேகிக்கிறேன். மிகக் குறைந்த அளவில் இத்தகைய நூல்களில் பெண்கள் குறிப்பாகக் குறிப்பிடப்படவில்லை. பெரும்பாலான நூல்களில் பெண்கள் ஆண்களுடன் 'மக்கள்' என்று – அல்லது, பிரெஞ்சு இலக்கியத்தில் 'லே ஹோம்ஸ்' (மனிதர்கள்) என்று சேர்த்துக்கொள்ளப்பட்டனர். (எடுத்துக் காட்டாக, ஓரளவு இளமையானவரும் புதுமைப் பெண்ணுமான ஒரு பிரெஞ்சுத் தொல்லியலாளரால் 1995ல் வெளியிடப்பட்ட ஒரு நூலுக்கு *'லே ஹோம்ஸ் ஆ டெம்ப்ஸ் தே லாஸ்காக்ஸ்'* என்று தலைப்பிடப்பட்டது!) இத்தகைய சொற்கள் ஆண்களை மட்டுமே குறிப்பிடவில்லை. எனினும், புதிய நூல்கள் ஆண் பாலினத்தைக் குறிப்பாக விட்டுவிடுகின்றன. இது வெளிப் படையாகவே காட்டப்படும் பாலினரீதியான பாரபட்சமாகத் தோன்றுகிறது. விடுபடல் தவறுக்கும் செய்துவிடல் தவறுக்கும் இடையிலுள்ளதைப் போன்ற முக்கியமான வித்தியாசம்.

சில செயல்களைப் பிரத்யேகமாக ஆண்களுக்கானது என்று அறிஞர்கள் பல நேரங்களில் கருதியிருக்க, பெண்களும் பல நேரங்களில் இச்செயல்களைச் செய்கிறார்கள் என்று இனவரை வியல் காட்டுகிறது என்பது உண்மையானது, வலியுறுத்திக் கூறத்தக்கது. ஆண் அறிஞர்கள் ஒன்று இந்த உண்மையை அறிந்திருக்கவில்லை, அல்லது புறக்கணிக்க முடிவு செய்தார்கள். விளைவு கடந்தகாலம் பற்றிய ஒரு கோணலான வடிவம். ஆனால் இந்த வழக்கத்தை விட்டொழிப்பதற்குப் பதிலாக (இது குறித்து நியாயமான விதத்தில் புகார் கூறும் அதே வேளையில்) 'பெண் களின்' செயல்களை ஆண்கள் செய்யும் எடுத்துக்காட்டுகளைப்

புறக்கணிப்பதன் மூலம் அல்லது ஒதுக்கித் தள்ளுவதன் மூலம் பெண்ணியலாளர்களும் மிகச் சரியாக இதையே செய்கிறார்கள். எப்படியும், பெண்கள் கற்கருவிகளை உருவாக்கினார்கள் என்ற அறிதல் கவர்ச்சிகரமான உள்நோக்குகளை உற்பத்தி செய்யப் போவதில்லை. பாலினம் பற்றி கருவிகள் எதுவும் சொல்வ தில்லை: ஒரு கற்கருவியின் மீது விலங்கின் வேதியியல் எச்சங் களையோ அல்லது இணைப்பு ஒட்டுகளின் சுவடுகளையோ, அல்லது ஆண் அல்லது பெண் என்று அடையாளம் காணக்கூடிய ரத்தச் சுவடுகளையோ சில எதிர்கால ஆய்வு வழிமுறைகள் கண்டறிந்தாலும், அதனைக் கடைசியாகத் தொட்டது எந்தப் பாலினம் என்று மட்டுமே அது நமக்குத் தெரிவிக்கும்; அதனை எந்தப் பாலினம் உருவாக்கியது அல்லது வழக்கமாகப் பயன் படுத்தியது என்பது குறித்து எதுவும் தெரிவிக்காது.

எந்தப் பாலினம் எதைச் செய்வது என்பது பற்றி நம்மிடம் இருக்கும் விவரங்களெல்லாம் தொல்லியலிலிருந்து அல்ல, இனவரலாற்றிலிருந்தும் இனவரைவியலிலிருந்துமே வருகின்றன. நவீனத் தகவல்களைத் தொல்லியல் தரவுகளுடன் இணைத்து இவ்விதமாகக் கடந்தகாலத்தை மீட்டுருவாக்குவதற்கு மாற்று எதுவும் இல்லை. ஆனால் கடந்த காலத்தில் பெண்களைக் 'கண்டறிவதற்கு' இனவரைவியல் எவ்வளவு தூரம் உதவ முடியும்?

தொல்லியல் தரவுகளுக்கு சாத்தியமான விளக்கங்கள் பல வற்றை இனவரைவியல் பொதுவாக அளிக்க முடியும் என்பது தான் அடிப்படைப் பிரச்சினை. ஒரு பணக்காரப் பெண்மணியின் கல்லறைகூட அவளுக்கு அதிகாரம் ஏதாவது இருந்ததா என்று அறிகுறி காட்டத் தேவையில்லை என்று சுட்டிக்காட்டப் பட்டுள்ளது; அது வெறுமனே அவளது கணவனின் செல்வத்தையே பிரதிபலிக்கலாம் (ஆம், ஒரு பணக்கார ஆணின் கல்லறைக்கு இது எதிரிடையாகப் பொருந்தும்).

உண்மையில், தொல்லியல் அகழ்வுகள் அளிக்கும் பலவீன மான சான்றிலிருந்து முறையே ஆண்கள், பெண்கள், மற்றும் குழந்தைகளின் (அவர்களும் தற்போது கவனம் பெற ஆரம்பித் திருக்கிறார்கள்!) பாத்திரங்கள் எவ்வாறு தீர்மானிக்கப்படலாம் என்று காண்பது கடினம். தொல்லியல் என்பது மக்களைப்

பற்றியது – வெறுமனே ஆண்களைப் பற்றியதல்ல, வெறுமனே பெண்களைப் பற்றியதும் அல்ல – என்பதே பாலினத் தொல்லியலின் மிக முக்கியமான செய்தி.

மரபான தொல்லியலின் பெரும்பகுதியில் உள்ளார்ந்து காணப்படும் பால்ரீதியான பாரபட்சத்தை ஒழிக்க விரும்புவதும், பழங்காலச் சமூகங்களில் பெண்களின் இருப்பு மற்றும் முக்கியத்துவம் குறித்து மக்களிடம் மேலும் விழிப்புணர்வு ஏற்படுத்துவதும், பல்வேறு காலகட்டங்களில் பெண்கள் குறித்துக் கவனம் செலுத்தும் ஆய்வுகளை உற்பத்தி செய்வதும் முழுவதும் பாராட்டுக்கு உரியதே. எனினும், கடந்த காலத்தின் ஆண்மைய வாதத்திலிருந்து விலகிச் செல்வதனால் ஊசல் பிற முனைக்குச் செல்லும் அபாயத்தில் இருக்கிறது: பால்ரீதியான பாரபட்சம் என்பது இரு விதத்திலும் எரிச்சலூட்டுகிறது. ஒருமுறை ஆல்பெர் காம்யூ எழுதியதுபோல, 'அடிமை நீதி கேட்பது என்று ஆரம்பித்து மகுடம் சூட விரும்புவதற்கு வந்து நிற்கிறான். தன் முறை வரும் போது அவன் ஆதிக்கம் செலுத்தியாக வேண்டும்.'

கடந்த காலம் குறித்த ஆணாதிக்கப் பார்வைக்குத் தகுந்த விஷமுறி, ஒரு பெண்ணியத் தொல்லியல் அல்ல; ஒரு சமத்துவ மற்றும் நடுநிலைத் தொல்லியலே. பெண்ணியத்தின் சார்பாளர்கள் கூறிக்கொள்வதைப் போல, அவர்கள் தொல்லியல் சான்றுகளில் பெண்களைக் கட்புலனாக்க மட்டுமே முயற்சிக்கவில்லை என்றால், 'பெண்ணியத் தொல்லியல்' என்று ஒன்று தேவை தானா? செல்வதற்கு இன்னும் அதிக தூரம் இருக்கிறது, ஆனால் மேற்கொண்டு செல்வதற்கான உண்மையான பாதை பெண்ணிய ரகத் தொல்லியல் அல்ல, மாறாக ஒரு நடுநிலையான, பால் ரீதியாகப் பாரபட்சம் காட்டாத தொல்லியலே. பெண்ணியத் தொல்லியல் என்பது மரபு நாணயத்தின் அடுத்த பக்கமே.

இயல் 9
கடந்த காலத்தைப் பொதுமக்களுக்கு வழங்குதல்

தொல்லியலின் ஆக இறுதிக் குறிக்கோள் – அது ஏதாவது பொருளை அல்லது நியாயத்தைக் கொண்டிருக்க வேண்டுமானால் – தன் கண்டுபிடிப்புகளை மாணவர்களுக்கும் சகாக்களுக்கும் மட்டு மல்ல, எல்லாவற்றுக்கும் மேலாக, பொதுவாக தொல்லியல் பணிக் கான நிதியை வழங்கி, ஊதியம் அளித்த பொதுமக்களுக்குத் தெரியப்படுத்த வேண்டும். எனினும் இதைச் செய்ய முடியாத அளவுக்கு வேலையில் மூழ்கியிருக்கிற, அல்லது வியக்கத் தக்க வகையில், இதற்காகத் தங்கள் நேரத்தைச் செலவழிக்க வேண்டும் என்ற தேவையைக்கூட உணராத தொல்லியலாருக்கு எடுத்துக்காட்டுகளை நாம் இன்னமும் காண்கிறோம். மிக அண்மைக்காலத்தில் ஆஸ்திரியப் பேராசிரியர்களில் ஒருவர் நிபுணத்துவத்தின் மூலம் அல்லாமல் சரியான நேரத்தில் சரியான இடத்தில் இருந்ததன் மூலம் 1991இல் கண்டறியப்பட்ட தொல்பழங்காலத்து ஆல்ப்ஸ் மலைத்தொடர் 'பனிமனிதனை' (சாதாரண மனிதனுக்கு உண்மையிலேயே ஆர்வமூட்டும் ஒரு சில தொல்லியல் கண்டுபிடிப்புகளில் ஒன்று) ஆராய்வதற்குத் தற்செயலாகப் பொறுப்பேற்று 'அவரது முடிவுகளைப் பற்றிப் பொதுமக்களுக்குத் தெரிவிப்பது உண்மையில் அவரது பணி அல்ல' என்று எழுதினார் – அரசு நிதி உதவி பெறும் ஒரு கல்வியாளரால் கூறப்படக் கூடாத திகைப்பளிக்கும் மற்றும் மூர்க்கத் தனமான கூற்று.

ஆம், கடந்த காலத்தைப் பொதுவாக உலகத்திற்கு அளித்தல் என்பது ஒரு பெரிய பொறுப்பு, குறிப்பாக அதனைப் புறவய

நோக்குடன் செய்ய முடியாது. இதனைச் செய்ய முடியும் என்றும், நம் கண்டுபிடிப்புகள் பொதுமக்களின் மகிழ்ச்சிக்காக சில விளக்க வாசகங்களுடன் கண்ணாடிப் பேழைகளிலோ அல்லது நூல்களிலோ காட்சிக்கு வைக்கும் ஓர் எளிமையான விஷயம் இது என்றும் நினைத்துக்கொள்வது நம் வழக்கம். எனினும், அண்மைக் காலத்தில், கோட்பாட்டில் காட்டிய ஆர்வத்தின் காரணமாகவும் (இயல் 7) அனைத்துத் தரப்பிலிருந்தும் தாக்குதலுக்கு உள்ளானதன் காரணமாகவும் (இயல் 8) தொல்லியலார் மிகத் தீவிரமான சுய பரிசோதனையில் ஈடுபட்டபோது, கலைப் பொருள்கள், ஆய்வுப் பொருள்கள், அணுகுமுறைகள் ஆகியவற்றில் தங்கள் தேர்வின் வாயிலாக, தங்கள் முற்சாய்வுகளையும் நம்பிக்கைகளையும், அல்லது தங்களது சமூகம், மதம், அரசியல் ஆகியவற்றின் முற்சாய்வுகளையும் நம்பிக்கைகளையும், அல்லது ஒரு பொதுவான உலகப் பார்வையின் முற்சாய்வுகளையும் நம்பிக்கைகளையும் பிரதிபலிக்கக்கூடிய செய்திகளையே தாங்கள் தொடர்ந்து வெளிப்படுத்தி வருவதாக அவர்கள் உணரத் தலைப்பட்டனர் – அனைத்தும் தொல்லியலாரின் பின்னணி, வளர்ப்பு, மற்றும் கல்வி, அவர்களது சமூக அந்தஸ்து, அவர்களது ஆர்வங்கள், ஆசிரியர்கள் மற்றும் நண்பர்கள், அவர்களது அரசியல் மற்றும் மத நம்பிக்கைகள், அவர்களது கூட்டணிகள் மற்றும் பகைமைகள் ஆகியவற்றின் பாதிப்பில் இவை அனைத்தும் கடந்த காலம் பற்றிய அவர்களது பார்வையைக் கறைப்படுத்துகின்றன, நிஜச் சான்றுகளோ பல நேரங்களில் பின்தள்ளப்பட்டுவிடுகின்றன.

ஒரு தனிநபரின் நம்பிக்கைகள் பெரும் விளைவுகளைக் கொண்டிருக்கலாம் என்பதற்கு ஓரே ஒரு எடுத்துக்காட்டாக தலைசிறந்த பிரெஞ்சு தொல்வரலாற்றாசிரியர்களில் ஒருவரான கேப்ரியல் டி மார்டிலெட்டின் கதையை எண்ணிப் பாருங்கள். கத்தோலிக்க முடியாட்சி ஆதரவாளர்களின் ஒரு பழைய, நிலைநாட்டப்பட்ட குடும்பத்தில் 1821ல் பிறந்த அவர் 9ஆம் வயதில் இயேசுசபைக் கல்லூரி ஒன்றில் சேர்க்கப்பட்டார். இந்த அனுபவம் அவரது புலன்களின் வளர்ச்சியைப் பெரிதும் பாதித்து, ஏற்கெனவே பெரிய அளவில் இருந்த அவரது நரம்புத் தளர்ச்சியை அதிகரித்து, திருச்சபைக் குருக்கள் மற்றும் மதம் குறித்து வாழ்நாள் முழுவதும் நீடித்த வெறுப்பை அவரிடம் எழுப்பியது: பிரம்பும் சாட்டையும் அப்போதும் சுறுசுறுப்பாகவும் ஆர்வத்துடனும்

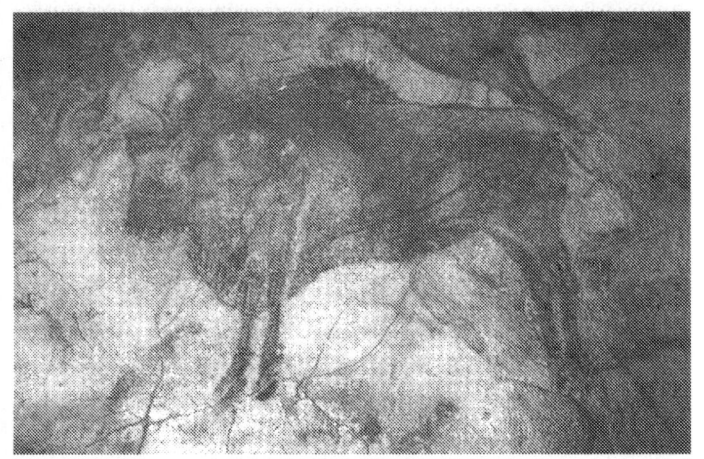

அல்டாமிரா குகை ஓவியம்: நிற்கும் காட்டெருது

பயன்படுத்தப்பட்டன! ஓர் இளைஞனாக அவரது சமத்துவ, குடியரசு சார்ந்த நடவடிக்கைகள் திருச்சபை குருமரபினரும் முடியாட்சி ஆதரவாளர்களும் அவரைப் பின்தொடரும் நிலைக்குக் கொண்டுசென்றன. அவர் பிரான்ஸுக்கு வெளியே தஞ்சம் புக வேண்டியிருந்தது. காலப்போக்கில் அவர் ஒரு தொல்வரலாற்றா சிரியராகி, 1864இல் பாரிசில் – மனிதகுலத்தின் பழமையைப் பற்றி ஆய்வு செய்வதைக் குறித்து திருச்சபை முகம் சுளித்துவந்த ஒரு காலகட்டத்தில் – 'மெடிரியக்ஸ்'ஐ (உலகில் இத்துறைக்கு அர்ப்பணிக்கப்பட்ட முதல் இதழ்) நிறுவினார். அவர் அற்புதமான மற்றும் நியாயமான விஷயத்திற்காகப் போராடிக் கொண்டிருந்தார். துரதிர்ஷ்டவசமாக, அவர் அச்சுறுத்தும் ஆளுமையையும் கொண்டிருந்தார்; தனிப்பட்ட பகைமைகள், அற்பத்தனமான பழிவாங்கல், மூர்க்கமான மொழி ஆகியவற்றில் விருப்பம் கொண்டிருந்ததுடன், வலிய சண்டையிழுப்பவராகவும் கடுகடுப்பானவராகவும் இருந்தார். சிறிதளவு முரண்பாட்டைக்கூட அவரால் சகித்துக்கொள்ள முடியவில்லை. பொதுவாக எதிர்த் தரப்பு வெளியீடுகளை அழிக்கும் நோக்கம் கொண்டு, பிற்பாடு அவரால் உருவாக்கப்பட்ட பல்வேறு இதழ்கள் அதிர்ச்சி யளிக்கும் வகையில் பாரபட்சமானதாகவும் அவரது மாணவர்கள் மற்றும் கூட்டாளிகளின் ஆய்வுகளை வெளியிடுவதாகவும்

மட்டுமீறிப் புகழ்வதாகவும், மற்ற அறிஞர்களைப் புறக்கணிப்பதாக அல்லது அவர்களது பெருமையைக் குலைப்பதாகவும் இருந்தன. புதிய கோட்பாடுகள் தன் சொந்தக் கோட்பாடுகளுக்குப் பொருந்திவராவிட்டால் அவை தவறானவை என்று அவர் நம்பியதால் புதிய கோட்பாடுகளின் விஷயத்தில் அலட்சியம் காட்டினார். காலப்போக்கில், வாதிடும் குணமும் ஆணவமும் நிறைந்த அவரது இயல்பு அவரைச் சுற்றி ஒரு வெற்றிடத்தை உருவாக்கிவிட்டது. ஏனெனில் அவர் தன் மனதை மூடிக் கொண்டுவிட்டார், தன்னால் தவறே இழைக்க முடியாது என்று கருதினார்.

டி மார்டிலெட்டின் ஆளுமைக் கோளாறுகளில் பலவற்றை இன்னமும்கூட இன்றைய முன்னணித் தொல்லியலாரிடம் காண முடியும் என்றாலும், திருச்சபைபால் அவர் கொண்டிருந்த பகைமை அதன் ஆழமான மற்றும் நீடித்த விளைவுகளுக்காக இங்கு மிகவும் தொடர்புடையது. பரிணாமத்தின் ஆதரவாளர் என்றாலும், மதம் கற்கருவிகளைப் போல வளர்ச்சியடைந் திருக்கலாம் என்றோ, அல்லது மனித மனதின் இயற்கையான உற்பத்திப் பொருளாக அது இருக்கலாம் என்றோ அவர் எப்போதும் கருதியதில்லை – அதற்குப் பதிலாக மதம் என்பது ஒரு ஏமாற்று, புதிய கற்காலத்தில் மத குருக்களால் உண்டாக்கப்பட்டு பரப்பப்பட்ட ஒரு மோசடி என்ற நம்பிக்கையை அவர் உறுதியாகப் பற்றிக்கொண்டிருந்தார். புதைப்பது என்பது பொதுவாக மதச் சிந்தனைகளுடன் இணைந்திருந்தால், புதிய கற்காலத்திற்கு முன் புதைத்தல்கள் இருந்ததில்லை என்று அனைத்துச் சான்றுகளுக்கும் எதிராக அவர் தீர்ப்பளித்தார். எதிர்கொள்ளப்பட்ட ஒவ்வொரு பழங்காலப் புதைப்பும் பிந்தைய காலகட்டங்களிலிருந்து நுழைந்தவையாக முறையாக ஒதுக்கப்பட்டன. தான் இறக்கும் வரையில் தொல்வரலாறு பற்றிய அவரது நன்கு விற்பனையாகும் புத்தகங்கள், லட்சக்கணக்கான ஆண்டுகளுக்கு முன் புதிய கற்கால மக்கள் மதத்தின் மிகச் சிறிய சுவடைக்கூட கொண்டிருக்கவில்லை என்ற நம்பத்தகாத கருத்தை ஆதரித்தன.

இதைவிடவும் தீவிரமான விஷயம் பனியுகக் குகைக் கலை குறித்த அவரது எதிர்வினை: அனேகமாக அது கோவில்களிலோ அல்லது தேவாலயங்களிலோ உள்ள சுவரோவியங்களை மிகவும் நினைவூட்டியிருக்கலாம். அவர் உடனடியாக அதன்

இருப்பையே சந்தேகித்தார். அல்டாமிராவின் ஸ்பானியக் குகையின் வண்ணம் தீட்டப்பட்ட உட்கூரைக்காக 1880இல் முதன்முதலாக கோரிக்கைகள் முன்வைக்கப்பட்டபோது, தொல்வரலாற்றுக்குக் கெட்ட பெயரை ஏற்படுத்த பரிணாமக் கொள்கைக்கு எதிரான இயேசுசபை உறுப்பினர்களால் வகுக்கப் பட்ட நேர்மைக் குறைவான சதித்திட்டமே இது என்று தன் சகாக்களுக்கு டி மார்டிலெட்தான் எச்சரிக்கை செய்தார். இது ஏளனமான விதத்தில் குகை நிராகரிக்கப்படுவதற்கும், குகைக் கலை ஏற்றுக்கொள்ளப்படுவதில் இருபதாண்டு காலதாமதத் திற்கும் இட்டுச்சென்றது மட்டுமல்ல, அல்டாமிராவிற்காகக் கோரிக்கைகள் எழுப்பிய ஸ்பானிய நிலக்கிழார் சான்ஸ் டி சௌடுவோலாவின் அகால மரணத்திற்கு முக்கிய காரணமாகவும் இருந்தது. அவருக்கு நடுக்கம் ஏற்படுத்தும் விதமாக அவர் சூது வாதற்றவராக அல்லது மோசடிக்காரராக ஒதுக்கித் தள்ளப்பட்டார்.

திருச்சபை குருமரபுக்கு எதிரான டி மார்டிலெட்டின் பகைமை யிலிருந்து எழுந்த இரண்டாவது பெரும் பிழை, 1898இல் அவர் மரணமடைந்ததற்குப் பிறகு பத்தாண்டுகள் கழித்து நிகழ்ந்தது. 1908இல் லா சாப்பெல் – ஆக்ஸ் – செயின்ட்ஸின் புகழ்பெற்ற நியாண்டர்தால் எலும்புக்கூடு பிரான்ஸில் மூன்று மதகுருக்களால் கண்டெடுக்கப்பட்டது. அதனை டி மார்டிலெட்டால் நிறுவப் பட்டதும் திருச்சபை குருமரபுக்கு எதிரானதுமான ஈகோல் டி' ஆந்த்ரபாலஜியில் பரிசோதனைக்காக அனுப்புவதற்குப் பதிலாக மார்செலின் பௌலேவின் சோதனைக்கூடத்திடம் ஒப்படைத் தனர். இம்முடிவு நியாண்டர்தால் மனிதர்கள் பற்றிய நமது பார்வைக்கு முக்கியமான பின்விளைவுகளைக் கொண்டிருந்தது. பௌலேவிடம் அவரது ஆசிரியரும் புரவலரும் நண்பருமான ஆல்பெர்ட் காட்ரியின் கருத்துகள் பெரிதும் செல்வாக்கு செலுத்தின. நியாண்டர்தால் மனிதர்கள் தற்கால மனிதர்களுக்கு மூதாதையராக இருக்கலாம் என்பதை காட்ரி நம்பவில்லை; எனவே, லா சாப்பெல் எலும்புக்கூடு எலும்பு மூட்டு வீக்கத்திற் கான சான்றுகளை வெளிக்காட்டிய முதுகெலும்பைக் கொண்ட ஒரு வயதான மனிதனுடையது என்று பௌலே அறிந்திருந்த போதிலும், நியாண்டர்தால் மனிதர்களால் முழுவதும் நிமிர்ந்து நின்று நடக்க முடியாது, ஆனால் அவர்கள் அலங்கோலமான நடை கொண்ட, குனிந்த உயிரினங்கள் என்று எச்சங்கள்

நிரூபிப்பதாக அவர் வாதாடினார். இத்துறையில் அவர் செலுத்திய மிகப்பெரிய ஆதிக்கத்தின் பயனாக, 1950கள் வரையில் அந்த எலும்புக்கூடு விவரமாக மறுபரிசோதனை செய்யப்படவில்லை. இதர பல நியாண்டர்தால் மனிதர்களின் எச்சங்கள் மீட்டுருவாக்கம் கூட செய்யப்படாத அளவிற்கு அல்லது ஏதாவது விவரங்களுடன் அறிக்கை சமர்ப்பிக்கப்படாத அளவிற்கு அவரது மீட்டுருவாக்கம் வரையறை செய்வதாக இருந்தது. செல்வாக்கு கொண்ட தனி மனிதர்களின் கருத்துக்களை அதீதமாக சார்ந்திருப்பதால் ஏற்படும் அபாயங்களுக்கு இது எடுத்துக்காட்டு – இன்றும்கூட இத்துறை யின் அனைத்து அம்சங்களிலும் காணப்படும் புரிந்துகொள்ளக் கூடிய ஆனால் எரிச்சலூட்டும் போக்கு.

எனவே மீண்டும் ஒரு முறை மனித குலத்தின் கடந்த காலம் குறித்த ஒரு நிலையான கருத்தை – இங்கு, நியாண்டர்தால்கள் மனித இனத்துக்குக் கீழ்நிலையிலுள்ள காட்டுமிராண்டிகள் என்பது – தனிப்பட்ட கூட்டணிகள் மற்றும் பகைமைகளின் இடைவினையில் தேடிக் கண்டுபிடிக்கலாம். கடந்த காலத்தை ஆய்வு செய்தலும் விளக்குதலும் எடுத்துரைப்பதும் அவற்றின் சமூகப் பின்னணியிலிருந்தும் சம்பந்தப்பட்ட நபர்களிடமிருந்தும் பிரிக்க முடியாதவை. கடந்த காலத்தைப் பற்றித் தயாரிக்க அவர்கள் தேர்ந்தெடுக்கும் 'ஏற்றுக்கொள்ளப்பட்ட புனைவு' வகையை முழுவதும் புரிந்துகொள்ள, அறிஞர்கள் 'எங்கிருந்து வருகிறார்கள்' என்பதையும், தங்கள் ஆய்விலும் தங்கள் தொழில் வாழ்க்கையிலும் எங்கே 'செல்ல' அவர்கள் முயல்கிறார்கள் என்பதையும் நாம் எப்போதும் நினைவில் கொள்ள வேண்டும்.

ஆனால் பிறகு யார்தான் பொதுமக்களுக்கு எடுத்துரைக்கப் படும் கடந்த காலத்தை வரையறுப்பது? ஐரோப்பாவிலுள்ள மிகப் பழமையான அருங்காட்சியகங்களில், பல காட்சித்தொகுப்பு களில் பத்தொன்பதாம் நூற்றாண்டுக் கண்ணோட்டங்களும் விளக்கங்களும் இன்னமும் நீடிக்கின்றன. சீனாவிலுள்ள பெரும்பாலான தொல்லியல் காட்சித்தொகுப்புகளோ மார்க்ஸ் மற்றும் ஏங்கல்ஸின் படைப்புகளின் அடிப்படையில் உறுதியாக அமைந்தாகவே உள்ளன. ஆனால் அண்மைக் காலத்தில், குறைந்தது மேற்கத்திய நாடுகளிலாவது மிக மோசமான காலனிய, இனவாத மற்றும் பால்ரீதியாகப் பாரபட்சமான தப்பெண்ணங் களை அடியோடு அகற்றப் பெரும் முயற்சி செய்யப்பட்டுள்ளது.

கலைப் பொருள்கள் மிகப் பல நேரங்களில் தனித்து அல்லாமல், அவற்றின் வரலாற்றுப் பின்னணியில், அல்லது அவற்றின் செயல்பாட்டைக் காட்டும் போதனைரீதியான காட்சித் தொகுப்புகளில் அளிக்கப்படுகின்றன. கடந்த இருபதாண்டுகளில், அருங்காட்சியக ஆய்வுகள் தங்கள் உரிமையாக ஒரு முக்கிய துறையாக ஆகியிருக்கின்றன. பொருள்களைத் தேர்ந்தெடுப்பதிலும் பொது மக்களுக்குக் காட்சிப்படுத்துவதிலும் தொடர்புடைய விஷயங்களின் சிக்கல் நிலை மிகவும் வெளிப்படையாகி இருக்கிறது.

போதிப்பதற்கும் மகிழ்விப்பதற்கும் இடையில் ஒரு நுண்ணிய சமநிலையை உருவாக்க வேண்டியிருக்கிறது; கடந்த காலத்தின் அழுக்குப் படிந்த, மிகவும் மந்தமான அருங்காட்சியகக் காட்சித் தொகுப்புகளுக்கு மாற்றியமைத்தல் மிகவும் தேவைப்படுகிறது, ஆனால் இதர எல்லை தவிர்க்கப்பட வேண்டும் – கடந்த காலத்தின் செயற்கை எளிமையான, மேம்படுத்தப்பட்ட, கருப்பொருள் பூங்கா வடிவங்கள் போன்றவை தொல்லியல் இலக்கியத்தில் பெரும்பகுதி விளங்காத மொழியாலும் ஆரவாரப் பேச்சாலும் நிரப்பப்பட்டு, மற்ற அறிஞர்களை இலக்காகக் கொண்ட வறட்டு நூல்களையே இன்னமும் கொண்டிருக்கிறது; ஆனால் 'உயர் ரக மலினப்படுத்தல் அல்லது நன்கு அறிவூட்டும் விதத்திலான ஜனரஞ்சகப்படுத்துதல்' என்றழைக்கப்படுவதற்கு அதிகரித்து வரும் தேவையும் இருக்கிறது; அதாவது உள்ளடக்கத்தை அல்லது துல்லியத்தை இழக்காமல் பாமரனையோ தொடக்கநிலையில் உள்ளவனையோ கவரக்கூடிய அணுகத்தக்க மற்றும் வாசிக்கக் கூடிய சேர்க்கைகள். இத்தகைய புத்தகங்கள் மாயமான விதத்தில் எளிமையானவை, ஆனால் உண்மையில் வெல்வதற்கு மிகவும் கடினமானவை, இவ்வாறு சொல்வதற்கு சந்தோஷப்படுகிறேன் – இல்லாவிட்டால் நான் வேலை இன்றி இருப்பேன். ஐயகோ, பொதுமக்களில் எளிதில் ஏமாறக்கூடியவர்கள் (நூல் விற்பனையைக் கணக்கில்கொண்டு பார்க்கும்போது, இவர்கள் எண்ணிக்கையில் மிக அதிகமாக இருப்பதாகத் தோன்றுகிறது) தவறாக வழிநடத்தக்கூடிய அல்லது முற்றிலும் மோசடியான புத்தகங்களுக்குத் தொடர்ந்து இரையாகிறார்கள். பழங்கால வானவியலார், அழிந்துபோன உயர் பண்பாடுகள், இன்னபிற பற்றி முட்டாள்தனமான கதைகளை அவர்களிடம் அவிழ்த்து விடுகின்றன.

மற்ற ஊடகங்களும் இந்த நடைமுறையில் ஈடுபடுவது அதிகரித்து வருகிறது. ஐரோப்பாவில் பல நாடுகளும் அமெரிக்காவும் உலகத் தொல்லியலுக்கு அர்ப்பணிக்கப்பட்ட மிகச் சிறந்த, பளபளப்பான வண்ணப் பத்திரிகைகளைப் பொதுமக்களுக்காகத் தயாரிக்கின்றன. (மாணவர்களுக்கும் வல்லுநர்களுக்கும்கூடப் பயனளிக்கக்கூடியது) ஏதோ காரணத்திற்காக பிரிட்டனுக்கு – இத்துறையில் பொதுமக்களில் ஏராளமானோர் ஆர்வம் காட்டிய போதும் – இவ்வகையான ஒரு வெற்றிகரமான இதழை வெளியிட எப்போதும் முடிந்ததில்லை. தற்போது பிரிட்டன் தொல்லியலுக்கு அர்ப்பணிக்கப்பட்ட இரண்டு இதழ்களையும், துரதிர்ஷ்டவசமாக, பழம்பொருள் விற்பனையாளர்களைத் திட்டவட்டமான இலக்காகக் கொண்ட மற்றொரு இதழையும் பிரிட்டன் கொண்டுள்ளது.

கடந்த காலத்தை மக்களுக்கு வழங்குவதற்கு ஒரு பெரும் வாகனமாக தொலைக்காட்சி மற்றும் விடியோ தயாரிப்புகளும் ஆகியுள்ளன. நிகழ்ச்சிகள் படுமோசமாக இருந்தாலும், இவை தொடர்ந்து அதிக பார்வையாளர் எண்ணிக்கையை அடைகின்றன. தாங்கள் என்றுமே சென்று காண இயலாத, அல்லது என்றுமே வாய்ப்புக் கிடைக்க இயலாத இடங்களுக்குப் பார்வையாளர்களைக் கொண்டுசெல்வதுடன், தந்திரங்களையும் பரபரப்பை ஏற்படுத்தும் கோட்பாடுகளுக்குத் துணிச்சலாக ஊக்கமளிப்பதையும் தவிர்த்து ஒரு சமநிலையான மற்றும் அடக்கமான – ஆனால் – உற்சாகமான விதத்தில் சான்றுகளை அளிப்பவையே சிறந்த நிகழ்ச்சிகள்.

அகழாய்வு செய்வோர் பல நேரங்களில் பொதுமக்களைத் தங்கள் பணிக்கு ஓர் இடையூறாகக் கருதுகிறார்கள். ஆனால் அறிவுக்கூர்மை உள்ளவர்கள் சாதாரண மனிதனின் ஆர்வத்திற்கு ஊக்கமளிப்பதன் மூலம் அடையக்கூடிய நிதி மற்றும் இதர ஆதாயங்களை உணர்ந்துகொள்கிறார்கள். எனவே அவர்கள் பொதுமக்கள் காண்பதற்கும், தகவல் அறிக்கைகளுக்கும், சாத்தியமான இடங்களில் ஊடகங்கள் மூலம் பரப்புவதற்கும், சில நேரங்களில் கட்டணம் செலுத்தும் சுற்றுப்பயணங்களுக்கும்கூட ஏற்பாடு செய்கிறார்கள். ஜப்பானில், ஓர் அகழ்வு நிறைவுபெற்றதுமே அதே இடத்திலேயே பொதுக்காட்சிகள் நிகழ்த்தப்படுகின்றன. நிகழ்ச்சியில் கலந்துகொள்வதற்கு முன் – அவர்கள் எப்போதும் பெருந்திரளாக வந்து கலந்துகொள்கிறார்கள் – அதைப் பற்றி

உள்ளூர் காலைச் செய்தித்தாளில் வாசிப்பதற்காக முன்தினமே பத்திரிகைகளுக்கு விவரங்கள் அளிக்கப்படுகின்றன.

தொல்லியலுக்கு நிச்சயமாக மக்களிடத்தில் பெரும் ஆர்வம் இருக்கிறது. புதைமேடுகளைப் பழங்காலத்தில் தோண்டியதி லிருந்தும் (இயல் 1) சென்ற நூற்றாண்டில் எகிப்திய பதப் படுத்தப்பட்ட உடல்கள் வெளிப்படையாகத் திறந்து பார்க்கப் பட்டதிலிருந்தும் தொல்லியல் ஒரு வகையான பொழுது போக்காக இருந்து வருகிறது. இந்தப் பொழுதுபோக்கு தற்போது ஒரு மிக அறிவியல்பூர்வமான மற்றும் கல்விரீதியான வடிவத் தையும் நோக்கத்தையும் கொண்டுள்ளது, ஆனால் தொல்லியல் தழைக்க வேண்டுமானால் அல்லது உயிர் பிழைக்க வேண்டு மென்றாலும்கூட அது நேர் எதிரான ஜனரஞ்சக விஷயங் களுடன் போட்டிபோட வேண்டியிருக்கிறது - அரசு நிதி வற்றிப் போகுமானால், அதேபோல தொல்லியலில் பெரும்பகுதியும் வற்றிவிடும்.

நாம் தற்போது பொதுமக்கள் சுற்றுலா மற்றும் 'பாரம்பரியத் தொழில்துறை' யுகத்தில் இருக்கிறோம். பொதுமக்களை எவ்வாறு மகிழ்விப்பது, அறிவுறுத்துவது என்பதற்கான மாதிரியாகப் பல நேரங்களில் அளிக்கப்படும் இடம் வட இங்கிலாந்திலுள்ள ஜோர்விக் மையம். இங்கு, 1970களின் பிற்பகுதியில் வைகிங் எச்சங்கள் தொடர்பாக ஆய்வுநடைபெற்றபோது அகழாய்வாளர்கள் பொதுமக்கள் வருகை தருவதை (ஐந்து ஆண்டுகளில் ஒட்டு மொத்தமாக ஐந்து லட்சம் பார்வையாளர்கள்) ஊக்குவித்ததுடன், ஒரு புதிய அருங்காட்சியகத்தின் இதயமாகத் தெருக்கள் மற்றும் வீடுகளுடன் அவ்விடத்தின் ஒரு பகுதியை மீட்டுருவாக்கவும் செய்தார்கள். இது உலகில் ஒரு தொல்லியல் களத்தில் உருவாக்கப் பட்ட மிகப் புகழ்பெற்ற மற்றும் பொருளாதாரரீதியாக வெற்றி கரமான அருங்காட்சியகங்களில் ஒன்றாக உள்ளது. இம்மையம் ஒரு நவீன வணிக வளாகத்தின் அடியில் அமைந்துள்ளது. மின்னணு கார்கள், கூரை வேய்ந்த வீடுகள், பட்டறைகள், கப்பல்களைக் கடந்து பார்வையாளர்களைக் காலத்தில் பின்னோக்கி அழைத்துச் செல்கின்றன. இக்கட்டமைப்புகளிலும் அவற்றைச் சுற்றிலும் வைகிங் காலகட்டத்து ஆடை அணிகளில் மக்களின் கண்ணாடி இழையாலான ஆளுயரச் சிலைகள் இருக்க, ஒரு ஒலிவரி பரபரப்பான தெருவின் இரைச்சலான சூழலை வழங்குகிறது.

இதில் பெரியவர்களும் குழந்தைகளும் நிஜமான பழம் நார்வே மொழியைப் பேசுகிறார்கள். பன்றிப்பட்டிகளையும் கழிப்பறை யையும் சுற்றி வீசுபவை போன்ற தகுந்த நாற்றங்கள்கூட சேர்த்துக் கொள்ளப்பட்டுள்ளன. (குறிப்பாக இவை இளம் பார்வையாளர் களைக் கவர்கின்றன, அதேபோல 'தேய்த்து முகர்ந்து பார்' அஞ்சல் அட்டைகளும்). பிறகு கார்கள் அகழ்வுபோல உருவாக்கப் பட்டிருக்கும் பகுதியின் வழியாகச் செல்கின்றன. கலைப் பொருள்களும் கனிம எச்சங்களும் எவ்வாறு ஆராயப்படுகின்றன என்பதைக் காட்டும் ஒரு சோதனைக் கூடத்தின் மாதிரிப் படிவத்தின் வழியாக கண்டு பிடிப்புகள் காட்சிப்படுத்தலையும் பரிசுப்பொருள் கடையையும் பார்வையாளர்கள் அடைகிறார்கள்.

எனவே இம்மையம், ஒரு குறிப்பிட்ட களத்தையும் கால கட்டத்தையும் மக்களுக்கு அளிப்பதிலும் தொல்லியல் கண்டு பிடிப்பு மற்றும் விளக்கம் என்ற தொடர்ச்சியை ஒரு கற்பனை நிறைந்த புதிய விதத்தில் விளக்குவதிலும் ஒரு முக்கிய பங்கை ஆற்றுகிறது. பொருளாதார ரீதியாக, இம்மையம் யார்க் நகரத்தில் புதிய அகழாய்வுகளுக்கு ஆதரவளித்துள்ளது. அதன் வெற்றி – 1984இல் திறக்கப்பட்டதிலிருந்து முதல் பத்து ஆண்டுகள் 80 லட்சத்துக்கும் மேற்பட்ட பார்வையாளர்கள் – இதர பிரிட்டன் நகரங்களிலும் இதர நாடுகளிலும் இதேபோன்ற காட்சிகள் உருவாக்கப்படுவதற்கு இட்டுச்சென்றுள்ளது. 1983ல் திறக்கப் பட்ட, லாஸ்காக்ஸ் குகையின் பிரெஞ்சு மாதிரியும் (பொதுமக்கள் சுற்றுலாவுக்கு மூலக் குகையை உட்படுத்த முடியாததால் இது தேவையானது) இதேபோல ஒவ்வொரு ஆண்டும் லட்சக் கணக்கான பார்வையாளர்களைப் பெறுகிறது. எனினும் இங்கு, அந்தோ, அவற்றின் எக்கச்சக்கமான நுழைவுக்கட்டணம் உள்ளூர் தொல்லியல் ஆய்வுக்குப் பங்களிப்பதில்லை.

பேணிப் பாதுகாத்தலின் மிக முக்கிய தேவைகளை தங்கள் தந்தைவழிச் சொத்தைக் காண்பதற்கும் அங்கு செல்வதற்கும் பொதுமக்களுக்கு உள்ள அடிப்படை உரிமையுடன் எவ்வாறு சரியீடு செய்வது என்பதே பாரம்பரியத் தொழில்துறையின் அடிப்படையான பிரச்சினை – அதாவது, தொல்லியல் களங்களில் பொதுமக்கள் சுற்றுலாவால் ஏற்பட்டுள்ளதாகத் தெரியவந்துள்ள அல்லது ஏற்படக்கூடிய விளைவுகளை அளவிடுவது. சுலபமான விமானப் பயணத்தின் வருகையுடன் தொல்லியல் மிகவும்

இன்று பொதுமக்கள்
முன்னிலையில்
பதப்படுத்தப்பட்ட
உடல்கள்
திறக்கப்படும்!
தெருப் போக்கிரிச்
சிறுவன் தேவை!

புகழ்பெற்றுள்ளதால், பல நகரங்களும், பிரதேசங்களும் – சீனா, பெரு, மெக்சிகோ, அல்லது எகிப்து போன்ற – முழு நாடுகளும் கூட தொல்லியல் சுற்றுலாவைப் பெரிதும் சார்ந்திருப்பதாக ஆகியுள்ளன. 2000 ஆண்டுவாக்கில்* சுற்றுலாதான் உலகில் மிக முக்கியமான நடவடிக்கையாக இருக்கும் என்பது ஐ.நா. சபையின் கணிப்பு: ஏற்கெனவே அது அனைத்து வேலைவாய்ப்புகளில் 6 சதவீதத்தை வழங்குகிறது. இப்போக்கு சிலவிதங்களில் ஆரோக்கிய மானது. ஏனெனில் கடும் பணமுடை நிலவும் இக்காலத்தில் இத்துறை உயிர்பிழைத்திருப்பதற்கும் அதன் வளர்ச்சிக்கும் பொதுமக்கள் தொல்லியல் பற்றி அறிந்திருப்பதும் அதனால் மகிழ்ச்சியடைவதும் முக்கியமானது. ஆனால் துரதிர்ஷ்டவசமான பின்விளைவுகளும் உள்ளன. ஏற்கெனவே குறிப்பிட்டது போல, எல்லாவற்றுக்கும் மேலாக சேதம் மற்றும் சிதைவு அபாயங்கள் அனைத்தும்; ஆனால் பெருவின் மேட்டு நிலத்திலும் நைல் பள்ளத்தாக்கிலும் நிகழ்ந்ததுபோல களங்களும் சுற்றுலாப் பயணிகளும்கூட பயங்கரவாதத்திற்கு இலக்காகலாம் என்ற உண்மையும்; இவ்விதமாக பெரும் எண்ணிக்கையில் சுற்றுலாப் பயணிகளை பயமுறுத்தி விரட்டுவது சுலபமானதாகிவிட்டது. எனவே – குறைந்த முயற்சியுடன் அந்நாட்டின் பொருளாதாரத்தில் பெரும் பாதிப்பை ஏற்படுத்துவதும் சுலபமானதாகிவிட்டது. எடுத்துக்காட்டாக, 1995வாக்கில் இஸ்லாமிய அடிப்படைவாதி களின் தாக்குதலால் எகிப்திய அரசு சுற்றுலாத்துறை வருமானத்தில் குறைந்தது 2 பில்லியன் டாலர்களை இழந்தது. சிரமநிலையி லுள்ள அந்நாட்டின் பொருளாதாரத்திற்கு சுற்றுலாத் துறை வருமானம் மதிப்பு குறையாத பணத்தின் முக்கிய ஆதாரங்களில் ஒன்று; 1997இல் லக்சரில் 58 சுற்றுலாப் பயணிகளின் படுகொலை எகிப்துக்கு 700 பில்லியன் டாலர்கள் இழப்பை ஏற்கெனவே ஏற்படுத்திவிட்டது. ஸ்டாலின் கால ரஷியாவும் ஹிட்லரின் ஜெர்மனியும் தொல்லியலைத் தவறாகப் பயன்படுத்தியதிலிருந்து மிகத் தெளிவாகத் தெரியவந்ததைப் போல, அரசியல் என்பது தொல்லியலின் முற்றிலும் வெறுப்புக்குரிய படுக்கையறைக் கூட்டாளியாக இருக்கலாம்.

★ *(மூல நூல் 1996ஆம் ஆண்டில் எழுதப்பட்டது; ஏறத்தாழ சரியாகவே இருக்கிறது - மொ.பெ.)*

எனினும் தொல்லியலில் அரசியல் என்பது அவ்வப்போது ஒரு பெருந்தன்மையான விவகாரமாக இருக்கலாம். எடுத்துக் காட்டாக, கேம்பிரிட்ஜ் பல்கலைக்கழகத்தில் பழங்கற்காலத்தைப் பற்றிக் கற்பித்த சார்லஸ் மேக்பர்னி கடைசிப் போரின்போது ஒரு அதிகாரியாக தான் வடக்கு ஆப்பிரிக்காவில் ஒரு வறண்ட காட்டாற்றின் ஓரத்தில் ஒரு முகாமை அமைக்கும்படி தனது படையினருக்குக் கட்டளையிட்டதை விவரிப்பது வழக்கம் – அவர் ஒரு வறண்ட காட்டாற்றை அதன் முன்னூழி படிவரிசை களுக்காகத் தேர்ந்தெடுத்திருந்தார். ஆட்கள் வேலை செய்து கொண்டிருக்கும்போது, அவர் பழங்கற்காலக் கருவிகளைத் தேடி இந்தப் படிவரிசைகளையொட்டி நடந்து சென்றார். சற்றுக் கழித்து மேலே பார்த்து, காட்டாற்றின் அக்கரையிலுள்ள படிவரிசைகளில் தான் செய்யும் அதே காரியத்தை ஒரு ஜெர்மன் அதிகாரி செய்து கொண்டிருக்கக் கண்டார்! 'எனவே நாங்கள் ஒருவரை நோக்கி மற்றவர் கையசைத்துவிட்டு, பணியைத் தொடர்ந்தோம்!'

நாம் இந்நூல் நெடுகிலும் கண்டு வந்திருப்பது போல, தொல்லியல் பல முகங்கள் கொண்டு பல பாத்திரங்களை வகிக்கிறது என்பதே உண்மை; ஆனால் தங்கள் சுயநல நோக்கங் களுக்காகப் பழிபாவங்களுக்கு அஞ்சாத சிலராலும், கடந்த காலத்தை ஆராய்ந்து, ஆர்வம்கொண்ட பொதுமக்களுக்குத் தகவல் தெரிவிப்பதற்கு மட்டுமே விரும்பும் நேர்மையான அறிஞர்களில் பெரும்பான்மையினராலும் தொல்லியல் பயன் படுத்திக்கொள்ளப்படலாம். எனவே தொலைநோக்கு கொண்டு நாளைய தொல்லியல் பற்றி ஊகிப்பதே எஞ்சியிருக்கிறது.

இயல் 10

கடந்த காலத்தின் எதிர்காலம்

இறந்துபோன ஓர் உலகத்தை அதன் முழுமையான வடிவில் மீட்டுருவாக்க தங்களால் இயலாது என்ற வேதனை உணர்வுடன், என்றென்றும் நிழல்களைத் துரத்தும்படி விடப்பட்டுள்ளார்கள் வரலாற்றாசிரியர்கள்.

சைமன் ஷாமா

தொல்லியல் என்பது 'ஒரு கடந்த காலத்து விஷயம்' என்றாலும், அது இன்னமும் மிக இளைய துறைதான். அதன் அடிப்படை வழிமுறைகள் மற்றும் கோட்பாடுகளில் பல அண்மைக்கால முன்னேற்றங்கள் அது வளர்ந்து பக்குவமடையும்போது நிச்சய மாகத் தொடர்ந்து தழைக்கவும் மாற்றமடையவும் செய்யும். ஓரளவுக்கு இது புதிய மற்றும் முக்கிய கண்டுபிடிப்புகளால் நிகழும்: பரபரப்புச் செய்தித்தாள்களைக் கவரக்கூடிய பகட்டான கண்டுபிடிப்புகள் மட்டுமல்ல, ஒரு நிகழ்ச்சிக்கு அல்லது ஒரு கலாசார நிகழ்வுக்கு முந்தைய காலக்கணிப்பு போன்ற, கடந்த காலம் பற்றிய நமது கண்ணோட்டத்துக்கு மிக அளவான பங்களிப்புகளும்கூட. கடந்தகாலம் பற்றிய நமது சித்திரம் தொடர்ந்து மாறிக்கொண்டிருக்கிறது. அது என்றென்றும் நிறை வுறாது என்ற அறிதலுடன் 'தொல்லியல் அளிக்கும் மகிழ்ச்சியும் பரவசமும் இந்த புதிய முன்னேற்றங்களிலிருந்தும் ஏற்கெனவே திரண்டுள்ள புதையல்களிலிருந்தும் தகவல்களிலிருந்தும் வருகிறது. எடுத்துக்காட்டாக, ஆஸ்திரேலியத் தொல்பழங் காலத்தைப் பற்றிய தகவல்களைத் தொகுத்து நோக்கும் சிறந்த

நூலான, ஜோசஃபின் ஃப்ளடின் 'கனவுக் காலத்தின் தொல்லியல்' (ஆர்க்கியாலஜி ஆஃப் தி ட்ரீம்டைம்) 12 ஆண்டுகளில் மூன்று பதிப்புகளைக் கண்டிருக்கிறது. அந்த நாட்டின் தொல்பழங்காலம் குறித்த நமது அறிவில் மாற்றங்கள் பெரிதாகவும் விரைவாகவும் இருப்பதால் அண்மைப்பதிப்பு முதல் பதிப்பைச் சிறிதளவே ஒத்திருக்கிறது. மனித இனத்தின் அல்லது நவீன மனிதர்களின் தோற்றம் போன்ற இதர விஷயங்கள் மிக விரைவாக மாறிக் கொண்டிருப்பதால் புத்தகங்கள் பிரசுரிக்கப்படும் முன்னரே காலாவதியாகிவிடுகின்றன.

எதிர்காலத்தில் பெரும்பாலான பெரிய கண்டுபிடிப்புகள் பனிமனிதன் அல்லது சாவெட் குகை போன்ற தற்செயல் கண்டு பிடிப்புகளிலிருந்தே வரக்கூடும். ஏனெனில் ஆய்வுரீதியான அகழ்வுகளில் நிலையான சரிவு ஏறக்குறைய நிச்சயமாக இருக்கும் என்பதால் (இதற்கு மாறாக 'மீட்பு' அல்லது 'அழிவு மீட்பு' அகழ்வுகள் சாலைக் கட்டுமானம் மற்றும் நகர வளர்ச்சியின் அதிகரிக்கும் வேகத்திற்கு ஏற்ப அதிகரித்துக்கொண்டே போகும்). இது ஓரளவுக்கு இதுவரை கற்பனை செய்யப்படாத புதிய வழிமுறைகள் நிலத்தைத் தோண்டாமலே அதற்கு அடியில் உள்ளவற்றைக் 'காணும்' நம் திறமையை அதிகரிக்கும் என்பதால் (கவனமான, முழுமையான அகழ்வால் நிலத்தைத் தோண்டி அகற்றுவதற்கு நேரத்தையும் நிதியையும் அதிக அளவில் செலவிட வேண்டியிருப்பதால் இது உபயோகமானது); ஓரளவுக்கு நமது அருங்காட்சியக சேம அறைகள் நிரம்பி வழியுமளவுக்கு உலகம் முழுவதிலும் ஆய்வு செய்யப்படாமல் மற்றும் பிரசுரிக்கப் படாமல் ஏராளமாகக் குவிந்திருக்கும் அகழ்வுப் பொருள் களைப் பற்றிப் புதிய கேள்விகள் எழுப்ப வேண்டிய தேவையால்; ஓரளவுக்கு பூமிக்கு அடியில் பாதுகாப்பாக இருக்கும் களங்களைத் திறப்பதைவிட ஏற்கெனவே நம்மிடம் இருப்பவற்றைப் பாதுகாக்க அதிகரித்து வரும் மற்றும் அவசரத் தேவையால்.

பரந்த எண்ணிக்கையிலான களங்களையும், கட்டமைப் புகளையும் பயன்பாட்டுப் பொருள்களையும் உலகிலுள்ள லட்சக் கணக்கான புகழ்பெற்ற பாறைக் கலைப் படிமங்களையும் பாதுகாக்க நாம் முயலும் வேளையில், பாதுகாப்பு என்பது ஒட்டு மொத்தத் துறையின் முக்கிய கவனங்களில் ஒன்றாகும். மிகவும் புகழ்பெற்ற களங்களில் பல ஏற்கெனவே பெரும் அபாயத்துக்கு

அந்தக் கனவானுக்கு விற்கப்பட்டுள்ளது...

உள்ளாகியுள்ளன – தீவிரமான காலநிலைகளாலும் அருகிலுள்ள குடிசைப் பகுதிகளிலிருந்து கழிவு நீர் கசிவதாலும் ஸ்பிங்ஸ்; விரிசலாலும் 1994இல் வெள்ளம் ஏற்படுத்திய சேதத்தாலும் துதங்கமனின் கல்லறை; மண் அரிப்பாலும் உப்பு அரிப்பாலும் பாகிஸ்தானிலுள்ள மொஹஞ்சதாரோ; மாசினாலும், சலவைக் கல்லுக்குள் கரும் பூசனத்தை ஆழமாக வளரச் செய்துள்ள காலநிலை மாற்றத்தாலும் ஏதென்ஸிலுள்ள அக்ரோபோலிஸ்; கார் புகையாலும் கடுமையான தட்பவெப்பநிலையாலும், வேகமாக விழும் பறவை எச்சங்களாலும் ஸ்பெயினில் செகோவியாவில் உள்ள ரோமானிய கட்டுக் கால்வாய்! அனைத்து காலகட்டங்களையும் உலகின் அனைத்துப் பகுதிகளையும் சேர்ந்த களங்களையும் நினைவுச்சின்னங்களையும் பாதுகாக்கவும் வலுப்படுத்தவும் கலிபோர்னியாவைச் சேர்ந்த கெட்டி பாதுகாப்பு நிறுவனத்திலிருந்து, அல்லது உலக நினைவுச்சின்னங்கள் நிதியத்திலிருந்து இதற்கென்றே அர்ப்பணிக்கப்பட்ட குழுக்கள் பெரும் முயற்சிகளை மேற்கொண்டுள்ளார்கள். ஆனால் ஒவ்வொன்றையும்

பாதுகாக்கத் தேவைப்படும் ஏராளமான நிதியைக் கருதும்போது, கெட்டி நிறுவனத்தின் வரையறையற்றதாகத் தோன்றும் வள ஆதாரங்கள் கடலில் ஒரு துளியே. எனவே கடினமான முடிவுகளை எடுக்க வேண்டியிருக்கும் (எவற்றைப் பாதுகாக்க வேண்டும் என்று தேர்வு செய்வதில் மட்டுமல்ல, சிலரது கண்களுக்கு மிக அதிகத் தகுதி கொண்ட அல்லது அவசரமான விஷயங்களாகத் தோன்றுபவற்றுக்கு அளிப்பதை விட்டுவிட்டு தொல்லியலுக்கு நிதி அளிக்கப்படத்தான் வேண்டுமா என்று முடிவு செய்வதிலும்), பாறைக் கலை, கல்வெட்டுகள் போன்ற மிகவும் அழியக் கூடிய அபாயத்திலுள்ள பொருள்களைப் பதிவு செய்ய பெரும் முயற்சிகளைத் தொடர வேண்டியிருக்கும்.

அதே நேரத்தில், புதிய தொழில்நுட்பம் முக்கியத்துவம் அதிகரித்துக்கொண்டே போகும் ஒரு பங்கை ஆற்ற வரும்: எடுத்துக்காட்டாக, பாறைக் கலையை ஆவணப்படுத்துவதில் விடியோ கேமராக்களையும் கணினி மதிப்பேற்றத்தையும் மிக அதிகமாகப் பயன்படுத்தத் தொடங்கியுள்ளனர், கணினியைப் பயன்படுத்தி படங்கள் சேமித்து வைக்கப்படும், அளவீடுகளை சில அடிப்படை வண்ணங்களுடன் சேர்க்கும் ஒரு புதிய தரப் படுத்தப்பட்ட அளவுகோல் (பாறைக் கலை நிறுவனங்களின் சர்வதேசக் கூட்டமைப்பால் வெளியிடப்பட்டது), பட வில்லைகள் அல்லது எதிர்நிலைத் தகடுகள் நிறம் மங்கிப்போய் நீண்ட காலமான பின்னரும் கணினிகளால் மீட்டுருவாக்கப்பட்ட ஒளிப்படங்களில் மூல நிறங்கள் துல்லியமாக இருக்க உதவும். இது வேறொரு வகையான பாதுகாப்பு.

எனினும், இயற்கையான சிதைவு அல்லது புறக்கணிப்பைக் காட்டிலும் மனிதர்களால் பல விதங்களில் ஏற்படுத்தப்பட்ட சேதத்தாலேயே தொல்லியல் களங்களுக்கும் பொருள்களுக்கும் பெரும் அச்சுறுத்தல்கள் ஏற்படுகின்றன. நாம் ஏற்கனவே கண்டதைப் போல (இயல் 9), தொல்லியலுக்குத் தொடர்ந்து அதிகரித்து வரும் புகழ் எதிர்மறையான பின்விளைவுகளையும் கொண்டுள்ளது. நாசகாரர்களால் வேண்டுமென்றே ஏற்படுத்தப் படும் போர் நடவடிக்கைகளால் அல்லது போர் விளையாட்டு களால் நோக்கம் ஏதுமின்றி ஏற்படுத்தப்படும் (நல்லவேளை யாக மிக அரிதான) சேதம் ஒருபுறமிருக்க, லட்சக்கணக்கான பாதங்களால் அல்லது நுரையீரல்களால் களங்களுக்கு ஏற்படும்

அதிகரிக்கும் சேதத்தால், பொதுமக்கள் சுற்றுலா 'தொல்லியல் அழிந்துபோகும்படி அதனை நேசித்தல்' எனும் அபாயத்தைக் கொண்டுவருகிறது. எடுத்துக்காட்டாக, சாலிஸ்பரி சமவெளி யிலும் தெற்கு பிரான்ஸிலும் பயிற்சிகளின்போது ராணுவம் பெரும் சேதத்தை ஏற்படுத்தியிருக்கிறது. பனிப்போர் ஏற்படும் அபாயம் குறைந்து வர, அவர்கள் தங்கள் பீரங்கி வண்டிகளையும் அழிவுசக்தியையும் தொல்பழங்காலப் புதைமேடுகளின் மீது கட்டவிழ்த்துவிடுகிறார்கள்.

ஆனால் இதைவிடவும் தீங்கான மற்றொரு காரணி உள்ளது. அது நம்மோடு ஆயிரமாயிரம் ஆண்டுகளாக இருந்துவருகிறது (எடுத்துக்காட்டாக, பழங்கால எகிப்தின் கல்லறைக் கொள்ளைக் காரர்கள், இயல் 8). ஆனால் அண்மைக்காலத்தில் அது திடீரென்று அதிகரித்திருக்கிறது – விற்பனையாகக்கூடிய பொருள்களை மட்டுமே தேடி, மற்றவை அனைத்தையும் பொதுவாக அழித்து, பொருள் ரீதியான ஆதாயத்துக்காகத் தோண்டுபவர்களால் தொல்லியல் களங்கள் கொள்ளையடிக்கப்படுதல். போர் நடவடிக் கைகள் அவர்களுக்குப் பெரிதும் உதவலாம், எடுத்துக்காட்டாக, போர் நிகழ்ச்சிகளால் நாட்டின் பழம்பொருள்கள் ஒட்டுமொத்த மாகக் கொள்ளையடிக்கப்பட்டு, குடிப்படை வீரர்களாலும் பழிபாவங்களுக்கு அஞ்சாத வியாபாரிகளாலும் ஆயிரக்கணக்கான டன் பயன்பாட்டுப் பொருள்கள் ரகசியமாகக் கப்பலில் கடத்திச் செல்லப்பட்டன லெபனானில். கம்போடியாவில் மோதல்களின் போது அங்கோர் வாட்டின் பெரும் கட்டிடங்கள் வேகமாகச் சிதைவுற்றன, பராமரிப்பில் நீண்ட இடைவெளி விழுந்ததன் காரணமாக. ஆனால் போல்போட்டின் ஆட்சியின்போது பெரும் கொள்ளையடிப்புகள் நிகழ்ந்ததன் காரணமாகவும், ஆப்கானிஸ் தானில் குழுக்கள் கடுமையாகப் போரிட்டுவருவதால் காபூலுக்கு வெளியில் அமைந்துள்ள தேசிய தொல்லியல் அருங்காட்சியகம் தொடர்ந்து குண்டுவீசப்பட்டுக் கொள்ளையடிக்கப்படுகிறது.

கண்டுபிடிப்புகள் தங்களது மூலப் பின்னணியிலிருந்து துண்டிக்கப்பட்டுவிடுவதால் ஏற்படும் தகவல் இழப்பே இந்தக் கொள்ளையில் சோகமான விஷயம். அப்பொருள்கள் நம் கண் களுக்கு அழகாக இருக்கலாம், ஆனால் அவை அளித்திருக்கக் கூடிய தகவல்கள் மதிப்பிட்டறிய முடியாதவை. இது, சென்ற நூற்றாண்டைச் சேர்ந்த ஊர்பேர் தெரியாதவர்களின் தலைப்பற்ற

புகைப்படங்களைக் காண்பதற்கும், தேதி, பொருள், இன்னபிற தொடர்பான விளக்கமான குறிப்புகளுடன் கூடிய படங்களைக் காண்பதற்கும் இடையிலுள்ள வேறுபாட்டைப் போன்றது. முதலில் குறிப்பிடப்பட்டது அவ்வப்போது கவனத்தைக் கவர்வதாக, அல்லது அழகானதாக, அல்லது சுவையானதாக (எடுத்துக் காட்டாக, அணியப்பட்ட ஆடைகளுக்காக) இருக்கலாம். ஆனால் தலைப்புகள் தாங்கிய படங்களிலிருந்து நாம் மிகமிக அதிகமான தகவல்களைப் பெறுகிறோம்.

இந்த நாடகத்தில் உண்மையான வில்லன்கள் நிச்சயமாக தற்கால சேகரிப்பாளர்கள்தான். ஓராண்டு கடின உழைப்பிலிருந்து கிடைப்பதைவிடவும் ஒரு நல்ல பொருளைக் கண்டுபிடித்து விற்பதன் மூலம் கிடைப்பதைக் கொண்டு தங்கள் குடும்பங் களுக்கு உணவிட அதிகமாக சம்பாதிக்கலாம் என்று அறிந்து, பூமியில் 'மதிப்புமிக்க' பொருள்களைத் தேடும் மூன்றாம் உலக நாடுகளின் ஏழை விவசாயிகளை நாம் உண்மையில் குறை கூற முடியாது. ஆனால் பிரிட்டன் மற்றும் அமெரிக்கா போன்ற இதர நாடுகளில் நன்கு ஒழுங்கமைக்கப்பட்ட தொழில்முறை கொள்ளைக்காரக் குழுக்கள் உள்ளன. இவை உயர் தொழில் நுட்பக் கருவிகளைக் கொண்டிருப்பதோடு போதுமான அளவுக்கு ஆயுதம் தாங்கியவர்களாகவும் உள்ளனர். தயாராக சந்தை எதுவும் இல்லாவிட்டால், கதவுகள் உண்மையாகவே மூடப்பட்டிருந்தால் – ஒருசில ஆண்டுகளுக்கு முன்பு தந்த வியாபாரத்துக்கு கதவுகள் மூடப்பட்டிருந்ததைப் போல – விலைகள் வீழ்ச்சி அடையும், சந்தையும் மறையும், வியாபாரம் சரியலாம். எனினும், சில நாடு களில் கடுமையான சட்டங்கள் நடைமுறைப்படுத்தப்பட்டாலும் அது விரைவான வளர்ச்சியைக் காட்டுகிறது. எடுத்துக்காட்டாக, சீனாவில் பழங்காலக் கல்லறைகளைக் கொள்ளையடிப்பதற் காகவும், பழம்பொருள்களை நாட்டை விட்டு வெளியே கடத்திச் செல்வதற்காகவும் திருடர்கள் தூக்கிலிடப்படலாம். எனினும், பெரும் எண்ணிக்கையில் பொருள்கள் ஹாங்காங்குக்கு விரை வாக அதிகரித்துவரும் விகிதத்தில் கொள்ளையடித்துச் செல்லப் பட்டு அங்கிருந்து உலகம் முழுவதிலும் உள்ள சேகரிப்பாளர் களுக்குக் கொண்டுசெல்லப்படுகின்றன: எடுத்துக்காட்டாக, சீனாவில் 1989-1990ஆம் ஆண்டுகளில் மட்டும் 40,000 பழங்காலக் கல்லறைகளைத் திருடர்கள் கொள்ளையடித்தனர்; 1994ஆம்

ஆண்டின் முதல் பாதியில் சுங்கத்துறை அதிகாரிகள் 5.5 மில்லியன் டாலர்கள் மதிப்புள்ள கடத்தப்பட்ட பயன்பாட்டுப் பொருள் களை ஹாங்காங்கில் கைப்பற்றினர், இது 1993இல் முழுவதும் பிடிபட்டதைவிட நான்கு மடங்கு அதிகம். எனினும் கொள்ளை யடிக்கப்பட்டதில் ஒரு சிறுபகுதியே இடைமறித்துக் கைப்பற்றப் பட்டுள்ளது. 1997இல் சீன சுங்கத்துறை 11,200க்கு மேற்பட்ட கடத்தப்பட்ட பழம்பொருள்களையும், 1998ஆம் ஆண்டின் முதல் பாதியில் 6000 பொருள்களையும் கைப்பற்றினர்; இதற்கு நேர்மாறாக, 1994இல் பிரிட்டிஷ் சுங்கத்துறையால் கண்டு பிடிக்கப்பட்ட 3,000 பழம்பொருள்கள் 1998ல் சீனாவிடம் திருப்பிக் கொடுக்கப்பட்டன.

'சேகரிப்பாளர்கள்தான் உண்மையான கொள்ளைக்காரர்கள்' என்று மிகச் சரியாகவே சொல்லப்பட்டிருக்கிறது. தாங்கள் இல்லா விட்டால் இந்த அழகான கலைப்பொருள்கள் பாதுகாக்கப்பட மாட்டா என்றும், தங்கள் சேகரிப்புகளைக் கவனித்துக்கொள்ளத் தேவையான வள ஆதாரங்கள் அருங்காட்சியகங்களிடம் இல்லை என்றும் கூறித் தங்கள் செயல்களை நியாயப்படுத்த பல சேகரிப் பாளர்கள் முயல்கிறார்கள், இவ்விரண்டு கருத்துகளிலும் கொஞ்சம் உண்மை உள்ளது. ஆனால் இவ்வுண்மைச் சந்தையும், ஸ்விஸ் அடுக்ககங்களை அல்லது மன்ஹாட்டன் தண்டயப் பலகை களை அலங்கரிப்பதற்கான பொருள்களுக்கு அளிக்கப்படும் மிகப் பெரிய விலைகளுமே கடைசியில் கொள்ளையடிக்கும் மிருகத் துக்குத் தீனிபோட்டு, ஒவ்வோர் ஆண்டும் ஆயிரக்கணக்கான பழங்காலக் கல்லறைகளும் இதர களங்களும் கொள்ளையடிக்கப் பட்டு, அழிக்கப்படக் காரணமாகின்றன என்ற அசிங்கமான சின்ன உண்மையில் அமுங்கிப்போகிறது. அருங்காட்சியகங்கள்கூட தற்போது சூறையாடப்படுகின்றன. பிரசுரிக்கப்பட்ட பொருள்கள் (பகிரங்க விற்பனைக்கு என்றும் வைக்கப்பட முடியாதவை) யாரோ கேட்டுக்கொண்டதன் பேரில் திருடப்படுவதாகத் தோன்று கிறது – அனேகமாக யாரோ ஒரு சோகமான, சுயநலம் நிறைந்த, கிறுக்கு கொண்ட தற்பெருமைக்காரன் அல்லது தற்பெருமைக்காரி ஒரு வெள்ளைப் பூனையைத் தடவிவிட்டுக்கொண்டு உலகின் மீது ஆதிக்கம் செலுத்துவதைப் பற்றி அல்லது ஒருவேளை ஒரு வாழ்வை அடைவதைப் பற்றிக் கனவு கண்டுகொண்டிருக்கும் போது தனிமையில் பார்த்துப் பார்த்து மகிழ்வதற்காக.

இடைவினையாற்றும் வசதி கொண்ட கணினித் திரைகளுடன் உலகம் முழுவதிலும் பாரம்பரிய மையங்களும் அருங்காட்சியகங்களும் தழைப்பதுதான் தொல்லியலுடைய புகழின் பிரகாசமான மற்றும் மிகவும் ஜனநாயகமான பக்கம்; கவனத்தை ஈர்க்கிற, அறிவுறுத்துகிற, வேடிக்கையான மிக நவீன காட்சிப்படுத்தல்கள்; ஏதாவது பரிசோதனைத் தொல்லியலை நாம் மேற்கொள்ளக்கூடிய இடங்கள்; 'ஒரு தொல்லியலாரைச் சந்திப்பதற்கான வாய்ப்பை' (எல்லோரும் ஒரே நேரத்தில் முண்டியடிக்காதீர்கள்) வழங்கும் நேரடி கண்டுபிடிப்பு மையங்களும்கூட. பணக்கார அருங்காட்சியகங்களில் முப்பரிமாணப் படிமங்கள் ஏற்கெனவே இடம் பிடித்துக்கொண்டிருக்கின்றன. (க்ளூனியின் இடைக்கால பிரெஞ்சு குருமடம் போன்ற) காணாமல் போய்விட்ட அல்லது (லாஸ்காக்ஸிலும் காஸ்கெரிலும் உள்ள பனியுகத்து அலங்காரக்

குகைகள் போன்ற) பொதுமக்கள் சுற்றுலாவுக்குத் திறக்கப்படாத இடங்களுக்கு மக்கள் வருகை தர உதவுவதற்கு ஏறக்குறைய – யதார்த்தத் தொழில்நுட்பம் உருவாக்கப்படுகிறது. எனவே, காலப் போக்கில், தொல்லியல் சுற்றுலாவில் பெரும் பகுதி வீட்டில் ஒரு சாய்வு நாற்காலியிலிருந்து மேற்கொள்ளப்படும். இது இடங்களை நெருக்கடிகளிலிருந்து விடுவிக்கும். அதிகரித்து வரும் சுற்றுலாவும் சுற்றுலாப் பயணிகளின் எப்போதும் விரிந்துவரும் காட்சி எல்லைகளும் புதுப் பகுதிகளுக்கு எப்போதும் நெருக் கடியை அளித்துக் கொண்டிருக்கின்றன.

இவ்விஷயங்கள் அனைத்துமே அவற்றின் ஆரம்ப நிலையில் உள்ளன. இவை ஓரிரு பத்தாண்டுகளுக்கு முன் கேள்விப்பட்டி ராதவை. எனவே இப்புதிய தொழில்நுட்பத்தின் விரைவான வளர்ச்சியின் விளைவாக இக்களத்தில், அல்லது புதிய காலக் கணிப்பு முறைகளில், அல்லது செயற்கைக்கோள் வேவுப் பணியில், அல்லது மனிதர்கள் மற்றும் அவர்களது வீட்டுத் தாவரங்கள், விலங்குகளின் தோற்றங்கள் மற்றும் வளர்ச்சிக்கான மரபியல் குறிப்புகளில் எதிர்காலம் தொல்லியலுக்கு என்ன வைத்திருக்கிறது என்பதைக் கற்பனை செய்வது சாத்தியமான தல்ல. விஞ்ஞானிகளின் நிபுணத்துவத்தைச் சார்ந்திருப்பது நிச்சயமாக மேலும் அதிக அளவில் இருக்கும். குறைவானவற்றை வைத்து அதிகமாகச் செய்யும் போக்கு (இயல் 1) தொடர்ந்து இருக்கும் என்று நியாயமாகவே பந்தயம் கட்டலாம். தொல் பழங்காலப் பொருள்கள் குறித்துப் புதிதாகக் களப்பணி மேற் கொள்ள பழங்குடிச் சமூகங்கள் எதிர்ப்பு தெரிவிக்கும், அல்லது அவற்றைக் கலந்தாலோசிக்க வேண்டிய தேவை உள்ள நாடுகளில் அனேகமாக வரலாற்றுத் தொல்லியலுக்கு அதிகரித்து வரும் முக்கியத்துவம் இருக்கும் (இவ்வாறு ஆஸ்திரேலியாவிலும் வேறு இடங்களிலும் ஏற்கெனவே நடந்துள்ளது).

நம்மால் ஓரளவு நிச்சயத்துடன் சொல்லக்கூடியது என்ன வென்றால் எதிர்காலத் தொல்லியல் மிகவும் பெயரற்றதாக இருக்கும்; இந்நூற்றாண்டில் நாம் ஏற்கெனவே கண்டுள்ள பெரிய ஆளுமைகள் மற்றும் 'குணாதிசயங்களிலிருந்து' விலகி இப்போக்கு தொடரும். நமது அடிப்படைக் கருதுகோள்களின் பலவீனம் குறித்தும் இதர குழுக்களைச் சேர்ந்தவர்களுக்கும் கடந்த காலத்தின் எச்சங்கள் தொடர்பாக உரிமைகள் உண்டு என்பது குறித்தும்

அதிகரித்துவரும் விழிப்புணர்வின் மத்தியில் தன்னில் தானே மூழ்கியிருப்பது ஐயமின்றித் தொடரும் – சில சிறுபான்மை இனங்களின் போர் நடவடிக்கைகள் (இயல் 8) தென் அமெரிக்கா மற்றும் ஆப்பிரிக்கா போன்ற உலகின் இதர பகுதிகளுக்கு வேகமாகப் பரவும்.

எனினும் 'பொருள்களைப் பட்டுவாடா செய்து' தனக்கான அரசு நிதியையும் ஆதரவையும் சம்பாதித்துக்கொண்டிருக்கும் வரையில், தொல்லியல் தொடர்ந்து தழைக்கும். ஏனெனில் அது மனிதனின் கடந்த காலத்தில் 99 சதவீதத்தை ஆய்வு செய்யக் கூடிய ஒரே துறையாக இருக்கிறது. நமது கடந்த காலத்தில் நிகழ்ந்த உண்மையிலேயே ஆதாரமான நிகழ்ச்சிகள் பற்றித் தொல்லியல் மட்டுமே நமக்குக் கூற முடியும் – முதல் விஷயமாக, எப்போது, எங்கு, மற்றும் எவ்வாறு மனிதகுலம் தோன்றியது; கலை, தொழில்நுட்பம், எழுத்தின் வளர்ச்சி; வேளாண்மை, சிக்கலான சமூகங்கள், நகரமயமாதலின் தோற்றமும் பரவலும். இவை உலகம் முழுவதிலும் ஆய்வாளர்கள் தீவிரமாக ஆய்வு செய்து வரும் ஏராளமான பல்வேறுபட்ட பொருள்களில் ஒரு சிலவே. மனித ஆவணம் எனும் பரந்த குறுக்குவெட்டுப் புதிரில் மேலும் பல துண்டுகளைப் பொருத்துவதற்கு ஒவ்வொரு களத்திலும் செய்யப்பட வேண்டியது நிறைய இருக்கிறது. தனது தனிச்சிறப்பான தொலைநோக்குடன் தொல்லியல்தான் 'பெரும் சித்திரத்தை'க் காண்பதற்கு உதவும் ஒரே வழிவகையாக உள்ளது. நாம் எங்கே சென்றுகொண்டிருக்கிறோம் என்பதை நாம் அறிந்து கொள்ள விரும்பினால் நமது பாதையின் சுவடுகளை அறிய வேண்டும், நாம் எங்கிருந்து வந்தோம் என்று காண்பதற்கு. எனவேதான், தொல்லியல் மிகவும் முக்கியமானது.

விரிவான வாசிப்புக்கு

தற்போது நீங்கள் தொல்லியல் என்ற அற்புத உலகத்திற்குள் மேலும் குடைய விரும்பினால், உங்கள் தேவைகளைப் பூர்த்தி செய்து, மேற்கொண்டு வாசிப்பதற்கு ஒரு பெரிய நூலகத்திற்கு வழிகாட்டக்கூடிய சில புத்தகங்கள் பின்வருமாறு:

AITKEN, M. J. (1990), *Science-based Dating in Archaeology*. Longman: London and New York.

தொல்லியலின் 'மிகப் பெரிய வெற்றிகளையும்' அதன் வியக்க வைக்கும் பல்வகைமையையும் பலதுறைச் சார்பையும் முன்வைக்கும், ஏராளமான படங்களைக் கொண்ட தொகுதி:
BAHN, P.G. (ed.) (1995), *The Story of Archaeology: 100 Great Discoveries*. Barnes & Noble: New York/Weidenfeld & Nicolson: London.

உலகம் முழுவதிலும் இத்துறையின் வரலாறு மற்றும் வளர்ச்சி:
__ (ed). (1996), *The Cambridge illustrated History of Archaeology*. Cambridge University Press: Cambridge.

இத்துறைக்கு ஒரு நகைச்சுவையான அறிமுகம்:
__ (1999) *The Bluffer's Guide to Archaeology* (revised edition) Oval Books: London.

__(ed.) (2000), *The Penguin Guide to Archaeology*. Penguin: London.

__ (ed.) (2000), *Atlas of World Archaeology*. Cassell: London.

பிரிட்டனின் அகழாய்வு முறைகளுக்கு சிறந்த அறிமுகம்:
BARKER, P. (1993), *Techniques of Archaeological Excavation.* (3rd edn.) Batsford: London/Humanities Press: New York.

COLES, J.M. (1979), *Experimental Archaeology.* Academic Press: London and New York.

புதுத் தொல்லியலைப் பற்றிய ஒரு விரிவான விமர்சனக் குறிப்பு:
COURBIN, P. (1988), *What is Archaeology? An essay on the nature of archaeological research.* University of Chicago Press: Chicago.

மாணவர்களுக்குப் பெரிதும் பயன்படக்கூடிய கோட்பாட்டுப் பாட நூல்:
DARK, K. T. (1995), *Theoretical Archaeology.* Duckworth: London.

நவீன தொல்லியலின் வகைகளையும் பரப்பையும் காட்டும் உதாரண ஆய்வுகள்:
FAGAN, B. (1995), *Time Detectives: How Archaeologists use technology to recapture the past,* Simon & Schuster: New York.

__(ed.) (1996), *The Oxford Companion to Archaeology.* Oxford University Press: New York.

GREEN, E.L. (ed.) (1984), *Ethics and Values in Archaeology.* Free Press: New York.

MCINTOSH, J. (1999), *The Archaeologist's Handbook.* (2nd edn.) Thames and Hudson: London.

PARKES, P. A. (1986), *Current Scientific Techniques in Archaeology.* Croom Helm: London and Sydney.

அகழாய்வில் அமெரிக்க அணுகுமுறை:
PURDY, B. A. (1996), *How to do Archaeology the right way.* University Press of Florida: Gainesville.

RENFREW, C. and BAHN, P.G. (2000), *Archaeology: Theories, Methods and Practice.* (3rd edn.) Thames and Hudson: London and New York. *(இந்நூலில் கூறப்பட்டுள்ளவற்றையும் சேர்த்து இத்துறையின் முக்கிய கூறுகள் அனைத்தையும் பற்றி பிரமாதமான ஆனால் வாசிக்கக்கூடிய விவரங்களுடன் கூறும், கச்சிதமான பாடநூல்)*

ராபர்ட் ஜே.சி. யங்

பின்காலனியம்

மிகச் சுருக்கமான அறிமுகம்

தமிழில்

அ. மங்கை

புதுமையும் உயிரோட்டமும் கூடிய இந்தப் புத்தகம், பின்காலனியம் பற்றிய வேறு எந்தவொரு அறிமுகத்தைவிடவும் முற்றிலும் மாறுபட்டது. அரூபமான கோட்பாடுகளைப் பரிசோதிப்பதை விடவும் சூழ்நிலைகள், அனுபவங்கள் மற்றும் சான்றுகளை முன்வைத்துக் காலனிய வீழ்ச்சியின் அரசியல், சமூக, கலாசாரப் பின்விளைவுகளைப் பரிசீலிக்கிறார் ராபர்ட் யூங். தங்கள் சொந்த மண்ணிலிருந்து பிரித்தெறியப்பட்ட தொல்குடிகளின் நிலைமை, அல்ஜீரியன் ராய் இசை, பின்காலனியப் பெண்கள் மற்றும் உலகளாவிய சமூக, சுற்றுச்சூழல் இயக்கங்கள் போன்ற எடுத்துக் காட்டுகளைப் பயன்படுத்தி, வரலாற்று நிலைமை என்கிற அதன் முக்கியத்துவத்தை விவாதிப்பதன் மூலம், பரந்துபட்ட கலாசாரப் பின்புலத்தில் அவர் விவாதங்களை அமைக்கிறார். எல்லாவற்றுக்கும் மேலாக, கடந்த கால காலனிய எதிர்ப்புப் போராட்டங்கள், இன்று நிலவுகிற உலகளாவிய ஏற்றத்தாழ்வுக்கு எதிராக ஒரு புதிய பாதையில் தொடர்வதையும், அதற்கான செயல் இயக்கம் குறித்த ஒரு அரசியல் தத்துவத்தைப் பின்காலனியம் அளிப்பதையும் யூங் விவாதிக்கிறார்.